ఊరికి ఉప్పులం

నవల

రచనా కాలం 2002 – చతుర ప్రచురణ 2007

పెద్దింటి అశోక్ కుమార్

ఛాయ

హైదరాబాద్

OORIKI UPPULAM

Author :
Peddinti Ashok Kumar

©Author

First Edition: December, 2021
Copies: 500

Published By:
Chaaya Resources Centre
A-3, D.No.8-3-222/C/13 & 14,
103, Haritha Apartments,
Madhuranagar,
HYDERABAD-500038
Ph: (040)-23742711
Mobile: +91-98480 23384
email: chaayaresourcescenter@gmail.com

Publication No.: CRC-27
ISBN No. 978-93-92968-04-4

Book Design:
Kranthi
Mob 7702741570

For Copies:
All leading Book Shops
https:/amzn.to/3xPaeld
bit.ly/chaayabooks

‘చతుర’వారి మాట

పాడి పంటలతో పచ్చగా కళకళలాడే గ్రామాలు అతివృష్టికీ, అనావృష్టికీ గురయితే కరువు తప్పదు. పంటలు సరిగా పండక చాలినన్ని నీళ్లందక, పశువులకు గడ్డీ గాదం దొరకక రైతు లోగిళ్లు నిరాశా నిస్పృహలకు నెలవులవుతాయి. వీటన్నిటికి తోడు గ్రామ రాజకీయాలు రాజ్యమేలితే పరస్పర స్నేహాలూ, మనశ్శాంతులూ మాయమవుతాయి. పంచాయతీ ఎన్నికలు, పాఠశాలల్లో భోజన పథకాలు, పదవులు, పంపకాలు, లంచాలు ఏ గ్రామాన్నీ వదలటం లేదు. వీటన్నిటి ప్రభావం ప్రతి వ్యక్తిపైనా పడటం సహజం. కాయకష్టం చేసుకుని నిశ్చింతగా జీవించే వారిని సైతం రాజకీయాల స్వార్థపుటంచులలోకి లాగే శక్తులూ పని చేస్తాయి. వీటన్నిటి నేపథ్యంలో 2000 సంవత్సరం తర్వాత మారిన తెలంగాణా గ్రామ రాజకీయాలను, స్వార్థ మనస్తత్వాలను, అమాయకుల ఆక్రందనలను ఆసక్తికరంగా మలచిన పెద్దింటి అశోక్‌కుమార్ నవల ‘ఊరికి ఉప్పులం’ ఈ నెల ‘చతుర’ సమర్పణ.

మసుక మసుక చీకటి. సాయిలు బర్రె పాకలకు పోయి తలుగులు ఇప్పి దుడ్డెలను కట్టేసిండు. అవి గుంజుకుంటున్నాయి. కడుపునిండా కుడిది తాగిన బర్లు రెండు నిండుగా కదిలినయి. అడుగులో అడుగు వేస్తూ దుడ్డెలను ఒకసారి చూసి మెడలు సాపి నాకినయి.

"ఆ... నాకిన కాడికి సాలు నడువు" అదిలించిండు సాయిలు.

చెయ్యెత్తు గౌడిబర్లు సూత్తెనే కడుపు నిండుతది. చిన్న సైజు గున్న ఏనుగుల్లా ఉన్నాయి. పాలడైరీ వాళ్లు లోను ఇచ్చిండ్రు. రోజూ డైరీకి పాలు పొయ్యాలె. ప్యాటు తీస్తరు. ప్యాటు లెక్కనే పైసలు. దానా సంచులు, మందులు ఇస్తరు. నెలనెలా పైసలు పట్టుకుంటరు. అన్నీ పోంగా నెలకు నాలుగైదు వందలు మిగులుతాయి.

బర్లు వాకిట్లకు నడిచినయి. దుడ్డెలు గుంజుకుంటున్నయి. వాకిట్ల కోడలు పద్మ ముగ్గులేత్తంది. మనుమరాలు శ్వేత ముగ్గుల రంగు నింపుతంది.

'సంకురాత్రి రాకనేపాయె. ఇప్పుడేం ముగ్గులు' అనుకుని చూసిండు సాయిలు. ముగ్గుల రాతపూతలున్నయి. రెండు అంకె ఉంది. పక్కన మూడు సున్నాలున్నయి. మరేవో రాతలున్నయి.

"పోరీ... పక్కకు జరుగు. బర్లు తొక్కుతయి" మనుమరాలుతో అన్నడు సాయిలు.

"తొక్కుతయి... తొక్కుతయి...కాళ్లు ఇరగ్గొడత " అంటూ ఆ పిల్ల పక్కకు జరిగింది.

బర్లు ముగ్గును తొక్కినయి. అదిలిస్తే పరుగందుకున్నయి.

పిల్లగడుసుది. ఆరేండ్లు నిండనే లేదు. నూరేండ్ల పెద్దమనిషి మాటలు. బర్లను కోపంగా చూసింది. "నీ బర్లకు గత్తరదలుగ. ముగ్గంతా తొక్కినయి" అంది.

కోడలుపిల్ల బిడ్డ నోరు మూసింది. చూపులతోనే మందలించింది. పిల్ల మాటలకు సాయిలుకు కోపమొచ్చింది.

"బర్లకు గత్తరచ్చినంక నువ్వు మన్ను బుక్కుతవా... ఎద్దువాయె. ఎవుసంవాయె. ఈ కరువుల బర్లతోనే తిండి" అన్నడు.

కోడలు మూతి ముడుసుకుంది. ఆ మాటలు తననే అన్నాడనుకుంది. కండ్ల కింది నుంచి మామను కోపంగా చూసింది. ఆ కోపానికో కారణముంది. ముందు ఒక్కటే బర్రె ఉండె. సాయిలు ఇంకో బర్రెను తెస్తనన్నడు. కోడలు వద్దన్నది.

"బర్లకు సాకిరి ఎవలు జెయ్యాలె. నేనేం కూసుంటన్ననా...? రోజూ వెయ్యి బీడీలు జేత్తన్న. ఒక్క బర్రెకే చెయ్యలేక సత్తున్న" అంది.

సాయిలు వినలేదు. బర్రెను తెచ్చిండు. కోడలు రుసరుస లాడింది. ఇప్పుడు కుడిది పోసుడు నుంచి పెండ తీసేదాక పనంతా తనే చూసుకుంటుండు. పాలు మాత్రం కోడలే పిండుతుంది. పది నిమిషాల్లో రెండు చేతులతో జుయ్యి జుయ్యి గుంజతది. ఇంకెవరు పిండినా అంత స్పీడుగా పిండరు. లేటుగా పిండితే సర్వసగం నిండక ముందే పాలు ఎగదన్నుక పోతయి.

"ఇప్పుడేం ముగ్గులే.... వాకిలంతా రంగులు నింపుతండ్రు" సాయిలు అన్నడు. కోడలు విననట్టే ఉంది. వంగి ముగ్గేత్తుంటే యాలాడుతున్న జడను

కోపంగా ఎనక్కు ఇసురుకుంది. పిల్ల మాత్రం కోపంగా "ఇయ్యేల్ల కొత్త సంవత్సరం, ఎరుక లేదా?" అన్నది.

"నాకేం తెలుసు? నువ్వు చెప్పినవా...?" గావురంగా అన్నడు సాయిలు.

ఏదో గుర్తుకు వచ్చినట్టు "విష్ యూ అప్పీ న్యూయియర్ తాతయ్యా" అంది పిల్ల. తల్లి కిసుక్కున నవ్వింది.

సాయిలు బర్లెంట బజార్లకు నడిచిండు. ఒక్కొక్క బర్రె బజార్లకు చేరుకుంటుంది. అన్నీ గొడిబర్లే. ఒక్కటి చిన్న సంతతి లేదు. బర్లన్నీ కచీరుకాడ మందకూడుతయి. ఎల్లుగాడు మేతకు కొట్టుకపోతడు.

మేతంటే మేత గాదు. ఊరు చుట్టూ, అడివిల గడ్డి లేదు. నీళ్లు గూడా లెవ్వు. ఊరి బయట మూడు దిక్కుల్ల మూడు కుండీలు కట్టి నల్లాపైపులు పెట్టింద్రు. రాత్రిపూట కుండీలు నింపుతరు. పొద్దంతా పశువులు నీళ్లు తాగుతయి. అంతే! పొద్దంతా ఆ చెట్టు కింద ఈ గుట్ట సుట్టు తిరుగుతయి. ఖాళీ డొక్కలతో ఇంటికి వత్తయి.

సాయిలు బర్లను మందల కలిపి ఎనుకకు తిరిగి ఇంటిదారి వట్టిండు. ఎనుక నుండి మల్లయ్య పిలిచిండు. సాయిలు ఆగిండు. బజార్ల బర్లు బెదురుతూ పరుగెత్తుతున్నయి.

"బర్లు చూసినవా... ఎట్లురుకుతున్నయి. కడుపు నిండ మేతుంటే ఇంకెట్ల ఉరుకునో" అన్నడు మల్లయ్య.

"కాలం నిండుగుంటే ఈ బర్లను ఎందుకు తెత్తుము. భూమి దున్నుకునే బతుకుదుము" సాయిలు అన్నడు.

ఇద్దరూ కలిసి నడుత్తున్నరు. మాట మాట తీసింద్రు.

మల్లయ్య "మావా" అన్నడు.

సాయిలు "చెప్పు" అన్నడు.

"అదే... ఊరు కింది పొలం సంగతి" మల్లయ్య అన్నడు.

"కూడదని చెప్పిన గదా. పంటపొలాన్ని ప్లాట్లు జేత్తారురా" సాయిలు యాష్టగా అన్నడు.

"ఆ... పంట. యాడిపంట. పంట మంటల కలిసింది. కూడెల్లివాగు చెక్‌డ్యాం మరమత్తులచ్చినయి సూడు. అప్పుడే పంట వాగుల కలిసింది. ఎక్కడి

యక్కడ నీళ్లు ఆగిపోయినయి. మానేరు డ్యాంలకు సుక్క నీళ్లు దిగలేదు. డ్యాం ఎండింది. కిందున్న చెరువులెండినయి. అయినా ఇప్పుడు నీకేం తక్కువ. ఈ పైసల్ని బ్యాంకులో వేసుకుంటే పంట పండిన దానికంటే ఎక్కువ మిత్తి వస్తది" చెప్పిండు మల్లయ్య.

డిపాజిట్ల మీద బ్యాంకుల్లో మిత్తి దిగింది. ఐదేండ్లకు రెండింతలయ్యేది, పదేండ్లు పెరిగింది. బ్యాంకుల్ల ఎవలూ పైసలు దాస్తలేరు. డబ్బులతో శివారుపల్లె మీద, రోడ్డు పక్కనున్న పల్లె మీద పడ్డరు. భూములకు గిరాకీ పెరిగింది. ప్లాట్లు చేసి అమ్ముతున్నరు.

మల్లయ్యకు ఊరికింద ఎకురం భూమి ఉంది. కార్పొరేట్ కాలేజీ మనిషి మూడెకరాలు కావాలంటున్నాడు. పక్కన సాయిలుది మరో రెండెకరాలుంది. ఇద్దరు కలిస్తే అనుకున్న రేటుకు అమ్మవచ్చునని మల్లయ్య ప్లాను.

మల్లయ్యకు ఒక కొడుకు, ఒక బిడ్డ. కొడుకు ఇంటర్ తప్పి ఊరిమీద పడ్డాడు. ఇంటర్ చదువుతున్న కూతురు గుండె మీద కుంపటయింది. కొడుకుకు పెండ్లి చేసిండు. కోడలుకు చదువు రాదు. అయినా తెలివి గల మనిషి. ఈ ఎకరం అమ్ముడుపోతే కూతురుకు పెండ్లయినా చెయ్యవచ్చు. కొడుకుకు ఏదైనా బిజినెస్ అయినా చూడవచ్చని అనుకుంటున్నాడు మల్లయ్య. నోరు అందల మెక్కుదామంటే నొసలు కట్టెలు మోత్తామంటుంది. సాయిలు ఒప్పుకోక బేరం ఆగిపోతోంది.

ఈ రోజు ఎలాగైనా ఒప్పియ్యాలనే పట్టుదలతో ఉన్నాడు మల్లయ్య.

సాయిలు అమ్మకూడదనుకుంటున్నడు.

"మొగపోరగాండ్లున్నరు. ఇప్పుడే అమ్మితే ఎట్ల బతుకుతరు? ఉండనీ. ఇంకా సూద్దాం" అన్నడు సాయిలు.

"నీ చూసుడు పాడుగాను. నువ్వు అమ్ముతనన్నప్పుడు కొనేవాడు దొరుకద్దా. బాల్ నర్సు జూడు. ఎకురం భూమిని బీడీ వర్కర్లకు ప్లాట్లు పెట్టి అమ్మిండు. లక్ష రూపాయలచ్చినయి. అప్పులు గట్టుకున్నడు. మిగిలిన పైసల్తో ఎస్టీడీ పెట్టుకున్నడు. రోజు రెండు మూడు వందల లాభమట" మల్లయ్య అన్నడు.

ఇద్దరు సాయిలు ఇంటి దగ్గరికి వచ్చింఁడ్రు.

మాట పలుకు లేకుంట సాయిలు ఇంట్లకు పొయ్యిండు. అయినా మల్లయ్య వదలక అతని వెంటనే ఇంట్లకు నడిచిండు. గంగవ్వ ఎదురవడంతో పలకరించిండు. ఆమె బదులు చెప్పింది. మల్లయ్య కుర్చీల కూసున్నడు.

"పద్మా... చాయ్ వెట్టు" గంగవ్వ కోడలుకు చెప్పింది. సాయిలు రుసరుసలాడుకుంటూ 'బామని దయ్యం లెక్క నన్ను పట్టుకున్నడేంది' అనుకున్నడు.

పద్మ టీ గ్లాసుతో వచ్చింది. "ఏ ఇప్పుడే తాగిన" అనుకుంటూ గిలాస అందుకున్నడు మల్లయ్య. అందుకుంటూ.... "అల్లుడు లేడా బిడ్డా" అనడిగిండు.

"ఉన్నడు. ఏం పనుంది. తినుడు తిరుగుడేనాయె" అంది మెల్లెగా పద్మ. సాయిలు మొఖం కడుక్కొని వచ్చిండు. మామకు గూడా చాయ్ ఇచ్చింది పద్మ. మల్లయ్య ఈసారి సాయిలును అడగకుండ గంగవ్వనే అడుగుతున్నడు. లక్షల ఆశ చూపుతున్నడు.

గంగవ్వ ధిక్కరించింది. సాయిలు మెత్త మెత్తగా అన్నడు గానీ గంగవ్వ కట్టెపుల్ల ఇరిసినట్టే చెప్పింది. ఆమె మాట తీరు విన్నంక మల్లయ్యకు పూర్తిగా ఆశ సచ్చిపోయింది. అప్పుడే నిద్ర కండ్లు తుడుచుకుంటూ నారాయణ వచ్చిండు. ఏంది మామా సంగతి అని అడిగిండు. అతడు చెప్పకముందే గంగవ్వ విషయమంతా రెండు ముక్కల్లో కొడుక్కు చెప్పింది.

"కిందనే వాగు గదా.. వాగుల బాయి తవ్వుదాం. అమ్ముడెందుకు?" నారాయణ అన్నడు.

పద్మ భర్త వైపు కోపంగా చూసింది. 'ఇంకా బాయిలు తవ్వి ఎవుసం జేత్తవా..? చిన్నముండకు పెద్ద సోకమట' అన్నది. కోపం బయటకు కక్కింది గాని మాటలు మాత్రం బయటకు రాలేదు.

మల్లయ్య ఏదో చెప్పబోయిండు కానీ గంగవ్వ వినలేదు. బయటిదాకా తరుముకొచ్చింది.

" 'తల్లేడు బర్లు దొంగ బర్లే' అన్నట్టు అందరి మాట ఒక్కటే వున్నదేందీ..." అనుకున్నడు మల్లయ్య. కడువ దాటుతూ దాటుతూ ''ఇంకా ఆలోచించుకోండ్రి" అన్నడు.

వాళ్లు ఎవలూ దాని గురించి ఆలోచించలేదు. ఒక పద్మ మాత్రం

ఆలోచిస్తోంది. 'భూమి అమ్ముకుని ఆటో కొనుక్కుంటే గొల్లపల్లికి, సిరిసిల్లకు నడుపుకోవచ్చు. లేదంటే దుబాయ్ పోవచ్చు. ఈ మనుషులకు ఎందుకింత ఆలోచన లేదు' అనుకుంది.

అనుకుంటూనే ఊరికి తయారయింది. మొఖానికి పౌడర్ రాసుకుని బ్యాగు భుజానికేసుకుంది. నేనస్తనని ఏడుస్తున్న కూతురు శ్వేతకు ఆటాన బిళ్ల ఇచ్చింది.

"ఎక్కడికట?" భార్యను అడిగిండు సాయిలు.

"బ్యాంకులకట" గంగవ్వ సమాధానం.

"ఎందుకట" పద్మ తిరుగుడు సాయిలుకు నచ్చుతలేదు.

"సశక్తి గ్రూపులకు పైసలిత్తంద్రట"

"అందరు పోవాలటనా...?"

"కాదు లీడర్లు పోవాలట. ఇది లీడరు గదా"

"సర్కారివాళ్లు ఆడోళ్లను ఆటాడిత్తంద్రు. మీటింగులకని, బ్యాంకులకని ఊర్లు తిప్పుతుంద్రు. వీళ్లు మురిపెంగా ఊర్లు తిరుగుతుంద్రు" అన్నడు కోపంగా.

గంగవ్వ గూడా స్వశక్తి సంఘంలో ఉంది. ఐదు వెయిల లోను ఎత్తుకుంది. సిలిండరు కోసం పేరు రాయించుకుంది. ఇంకో పది వెయిల మ్యాచింగ్ గ్రాంటు వచ్చేట్టుంది. భర్త మాటలు నచ్చలేదు.

"ఏం చెడగొడుతుంద్రు. సిలిండర్లు ఇయ్యవట్టె, అప్పులియ్యవట్టె, మీటింగులకు పోతే బస్సు కిరాయిలియ్యవట్టె. ఆడోళ్లు కూడా తెలివిని పెంచుకోవాలనుంటుంద్రు. అంతే గదా" అన్నది గంగవ్వ.

"ఆ ఐడియా మీకు తెలుత్తలేదు. ఆడోళ్లందరిని చేతుల వట్టుకుంటే మళ్లా గెలువచ్చు ననుకుంటూండట ముఖ్యమంత్రి. ఊర్లె పెద్ద పంతులు అన్నడు" సాయిలు అన్నడు.

"గెలిస్తే గెలువని తియ్యి. ఎవడు గెలిత్తేంది. ఎవడు ఓడితేంది. మన్ను తవ్వక బతికెటోళ్లం. నర్మాల చెరువులకు నీళ్లు తెత్తనని ఎవలూ అంటలేరు" గంగవ్వ అన్నది.

నారాయణ మొఖం కడుక్కుంటున్నడు. కొడుకు కాలేజీకి పోతడని గంగవ్వ వంట చేస్తంది. రాజు కాలేజికి తయారయితున్నడు. శ్వేత స్కూలు బ్యాగు

సదురుకుంటోంది.

"పద్మా... తయారయినవా... ఆటో వస్తంది" బయటనుండి రేణుక పిలుపు.

"ఆ... వస్తి" అంది పద్మ. పాస్‌బుక్‌ను బ్యాగులో వేసుకుంది. బిడ్డను స్కూలు వ్యాను ఎక్కించుమని భర్తకు చెప్పింది.

"అత్తమ్మ... పోతన్నా" అంది. సమాధానం వినకుండానే కడప దాటింది. అప్పుడే ఆటో వచ్చింది. సి.సి. రోడ్డు వేసినంక ఆటోలు గిర్ర గిర్ర తిరుగుతున్నయి. మనిషి మనిషికి ఆగుతున్నయి.

ఆటోలో పట్టజాలని మంది కూసున్నరు. పద్మ, రేణుక ఇద్దరు అటొక్కరు ఇటొక్కరు యాలాడింద్రు. ఆటో బరువుగా బయలుదేరింది.

రెండు బుక్కలు తిని రాజు సైకిలెక్కిండు. నారాయణ చాయ్ దాగి లుంగి సింగులు చేత వట్టుకుని గాంధీ గద్దె దగ్గరికి నడిచిండు. సాయిలు కూరగాయలకని మార్కెట్‌కు నడిచిండు.

స్కూలు వ్యాను వచ్చి హారన్ కొట్టింది. శ్వేత ఆదరా బాదరా బ్యాగు భుజాన వేసుకుంది. బుట్టిలో టిఫిన్ బాక్సు, వాటర్ బాటిల్ పెట్టుకుంది. టై బెల్టు సర్దుకుని ఉరుకందుకుంది. వెంట గంగవ్వ గూడా పరుగందుకుంది.

వ్యాను చుట్టూ కోడిపిల్లల్లా పిల్లలు చుట్టుకున్నరు. ఒకలు ఏడ్సుడు. ఒకలు తుడుసుడు. ఒకలు రాగం తీసుడు. డ్రైవర్ అందరినీ వ్యానులో కుక్కి సర్దుతున్నాడు.

ఇంగ్లిష్ మీడియం బడి వ్యాను అది. బడి గొల్లపల్లిలో ఉంది. అంటే పది కిలో మీటర్లు. మూడు ఊర్లు దాటాలె. ఇంగ్లిష్ మీడియం అనగానే జనం విపరీతంగా చేరింద్రు. ఇది జూసి లింగన్నపేటల ఒక బడి పెట్టి కేరళ టీచర్లు వున్నరని ప్రచారం చేసింద్రు. అటు ఒక వ్యాను నిండింది. ఈ కరువులో చేను పనిలేదు. చెలుక పనిలేదు. పొద్దున లేస్తే పిల్లలను బడికి రెడీ చేసుడే ఒక పెద్దపని.

కాళ్లు, కడుపు కుదవెట్టి ఫీజులు కడుతంద్రు. తలకుమించిన బరువని తెలిసినా నెత్తి నెత్తుకుంటుంద్రు. ఇంగ్లిష్ మీడియం చదువే అన్ని సమస్యలకు పరిష్కారంగా కనపడుతాంది. కొండంత ఆశతో పిల్లలను వ్యాను ఎక్కిస్తంద్రు.

శ్వేత అందరినీ తోసుకుంటూ పైకి ఎక్కింది. ఎవలో కిందికి తోసింద్రు. తూలి ముందుకు పడ్డది. కీసుమని ఏడ్చింది. గంగవ్వ మనుమరాలును అందుకున్నది. ఎత్తుకుని పక్కకు తీసింది. గదువకు దెబ్బ తాకింది. కమిలిపోయింది. తెల్లటి మొఖం ఎర్రగా కందిపోయింది. గంగవ్వ మనుసు తల్లడిల్లింది.

"నీ బడి పాడుగాను. రేపు పోదువు... ఇయ్యాల వద్దు బిడ్డా" అంటూ ఇంట్లకు ఎత్తుకచ్చింది. గదువకు కాసు సున్నం దంచిపెట్టి కండ్లు తుడిచి బుదురకిచ్చి టి.వి. ముందు కూచోబెట్టింది.

టీవీ పాతది. బ్లాక్ అండ్ వైట్ పోర్టబుల్. అసెంబ్లీ ఫిటింగ్. పద్మ రాత్రిపూట టీవీ చూస్తూ పది పదకొండు వరకూ బీడీలు చేస్తది. ఆ టీవీలో బొమ్మ పైకి కిందికి కదులుతుంది. అరగంట, గంట దానంతట అదే కదిలి కదిలి ఆగుతుంది.

శ్వేత ఏడుపు మరిచి టీవీ చూస్తోంది. చెంపలపై కన్నీటి చారికలున్నాయి.

"అగో... ఇయ్యల్ల బడి డుల్లనా... ఇంట్లనే ఉన్నవు" మార్కెట్ నుండి వచ్చి సాయిలు మనుమరాలిని చూసి అన్నడు. పంచె కొంగుకు బీరకాయలు ముడేసుకుని తెచ్చిండు. ముడి తీసి వాటిని గంగవ్వకు ఇచ్చిండు.

బడి పేరు వినంగనే శ్వేతకు భయమయింది. మెల్లెగ రాగమందుకుంది. గంగవ్వ బీరకాయలు చూసి కొనముక్కు ఇరిసి సప్పరిచ్చింది. ఎంతకిచ్చింది, ఎవరిచ్చింది అడిగింది. మొఖం చిట్లిచ్చి "మారు బేరగాళ్ల దగ్గర తెస్తవు...? వాళ్లు బంగారం జోకినట్టు నిమానిమలు జోకుతరు. పిసరంత కొసరు గూడా ఎయ్యరు. వక్కిపోయి వాడిపోయి ఉంటయి. పంట పండినోళ్ల దగ్గర కొనుక్కరావాలె" అంది. అంటూనే 'చేతి నిండా దానం చేసుకున్నోళ్లం' అని పెదవు ఇరిసింది.

సాయిలు భార్యవైపు విచిత్రంగా చూసిండు. "పంట పండినోళ్లా... మన ఊర్లె కూరగాయలు గూడా పండుతున్నయా...? అంతా మారు బ్యారమే" అన్నడు.

మళ్లీ తనే విరక్తిగా "మొన్నటిదాక పంటలు పల్లెల నుండి పట్నాలకు పోతుండె. ఇప్పుడు పట్నం నుండి పల్లెలకత్తున్నయి. చివరికి మంచినీళ్లు గూడా.

మొన్న దేవిరెడ్డి బిడ్డ పెండ్లికి ముప్పయి నలుపై సీసాలు తెచ్చింగ్రు. పైసలుండాలె గానీ పట్నంల కోరుకున్నది కండ్ల ముందుంటది" అన్నడు.

గంగవ్వ ఏదో గొనుక్కుంది. తర్వాత వంట పనిలో మునిగింది. కరెంటు మూడు సార్లు పోయి వచ్చింది. కరెంటు పోయినప్పుడల్లా రాగం దీత్తున్న శ్వేత టీవి ముందు నుంచి కదలడం లేదు.

శాద బాయిలోంచి నాలుగు బొక్కెనల నీళ్లు చేది కుండి నింపిండు సాయిలు. తానానికి పోతూ భార్య ముందు ఆగిండు. "మల్లయ్య చూసినవా... గజ్జి వట్టినట్టు పట్టుకున్నడు. ఇప్పుడు బజార్ల కలిసి అదే ముచ్చట" అన్నడు.

గంగవ్వ భయంగా చూసింది. "పాడు ముండకొడుకు మన ఎంటపడ్డడు. వాడు మంచి మనిషి గాదు" అంది.

"వాని బొంద. వాడేం జేత్తడు" గచ్చులకు దిగి మగ్గు అందుకున్నడు సాయిలు.

"వాడేం జేత్తడా... మీది కుండ మీదనే ఉండంగ కింది కుండను మాయం జేత్తడు. రైసుమిల్లుల జీతముండి నలుగురు సేట్లను నాశినం పట్టిచ్చిండు. గొల్లోల్ల గెట్ల పంచాదిల ఏలువెట్టి అన్నదమ్ములిద్దరిని ఎగేసి పుర్రెలు పుర్రెలు పలిగేట్టు చేసిండు. అన్నలతోని కన్‌సల్టుందట. అందుకనే ఏమి జేసినా ఎవలూ నోరెత్తరు" అంది గంగవ్వ.

సాయిలు తానం జేత్తండు. తోలు ముడుతలు వడ్డది. బొక్కలు తేలినయి. మనిషి నల్లగా, ఎత్తుగా ఉంటడు. కొద్దిగా వంగిండు. సబ్బు రాసుకుంటున్నడు. నానిన గోసి బట్ట ఊసిపోయింది. సాయిలు చూసుకోలేదు.

"బాత్ రూంలకు పోయి చెయ్యాలని చెప్పిన. ఇంట్ల కోడలుపొల్ల వుండె. ఎట్లుంటది. ఎప్పుడు చెప్పినా కొత్త ఆటనే" విసుక్కుంది గంగవ్వ గోసి బట్టను చూసి.

"ఎన్నడన్నదాంట్ల చేసిన్నా? బాత్‌రూంల అటు మెసులరాదు ఇటు మెసుల రాదు" అన్నడు సాయిలు.

దబదబ నాలుగు చెంబులు కుమ్మరించుకుని మీదికి వచ్చిండు. దోతి ఇడిసి అరుగు అంచున పెట్టబోతుంటే గంగవ్వ చూసింది.

"అక్కడెందుకు పెడుతున్నవు. పిండి ఆరెయ్యి. సాకలోళ్లు రారట" అంది.

సాయిలు దోతి పిండి ఆరేసిండు. గంగవ్వ అన్నం కూర వండింది. రాజు, శ్వేతలకు సరిపోను పొద్దునే ఏదో చేస్తది. తర్వాత అన్నం కూర చేస్తది. వంటపని గంగవ్వదే. పద్మ బీడీల పనిమీద ఉంటది. తప్పితే బర్లపని.

నారాయణ వచ్చిండు. బిడ్డను మందలించిండు. తానంజేసి అన్నంతిని టీవీ ముందు కూసున్నడు. సాయిలు తిన్నంక బర్లకు కుడిది కలుపుతున్నడు. గంగవ్వ కూడ తినేసి పెండను పిడుకలు జేత్తంది.

పగటి యాల్లవరకు పద్మ వచ్చింది. ఏవో కాయిదాలు తెచ్చింది. ఇంట్లకు వచ్చి శ్వేతను చూసి అగ్గిమీద గుగ్గిలమయింది.

“ఒక్కనాడు నేను లేకుంటే ఇంట్లనే కూసున్నవా...? బడికి ఎందుకు పోలేదే...?” అంది. నెత్తిమీద రెండు కొట్టి చెంపలు పిండింది. శ్వేత ఏడుపందుకుని “నానమ్మో...” అంటూ గంగవ్వ దగ్గరికి పరుగెత్తింది.

కోడిపిల్లలను రెక్కలకింద దాసుకున్నట్టు శ్వేతను అందుకుంది గంగవ్వ. చేతులకు పెండ ఉంది. మట్టితోనే కండ్లు తుడిచింది. “నీ బాంచెను బిడ్డా... ఏడ్వకు” అంటూ తొడమీద కూసోబెట్టుకున్నది. “ఏం జెయ్యమంటవే... అడ్డం బడ్డది. చీమ తుక్కులోలె పోరగాండ్లు. ఇంకా నయం నెత్తికి తలుగలేదు” అంది.

అత్త మాటలు కోడలు వింది గానీ పట్టించుకోలేదు. భర్తవైపు చూసింది. అతడి మొఖం టీవీలనే ఉంది. ఈ లోకంలో లేనట్టే ఉన్నడు. ఇంకా కోపమచ్చింది.

“ఒక్కనాడు లేకుంటే బడికితోలే దిక్కే లేదాయె. ఏం జెయ్యాలె. ఎటు సావాలె...” అందరూ వినాలనే గట్టిగా అన్నది.

నారాయణకు తల గిర్రుమంది. కోపాన్ని సంపుకున్నడు. పద్మవైపు సూటిగా చూసిండు. సాయిలుకు బాధగా అనిపించింది. కోడలు వైపు చూడలేదు. చేస్తున్న తౌడు ముద్దల్ని విరక్తిగా కిందికి ఇసిరికొట్టిండు. గంగవ్వ కడుపు మసిలింది. మనుమరాలును మరింత పొదిగి పట్టుకుని “దిక్కులేకుండ పోతే మన్ను బుక్కుదువు తియ్యి” అంది యాష్టగా.

అత్తమాటలు విన్న కోడలు పాముకు మందు జూపినట్టు తగ్గింది. మారు చెప్పలేదు. గంగవ్వ గూడా నోరెత్తలేదు. ఒకల భయం మీద ఒకలున్నరు.

ఇప్పుడు ఇట్ల గనీ, పద్మ నోరు ఎత్తేదే గాదు. రెక్కలిరుగ కష్టం చేసేది. చూస్తే మాత్రం నీరు బుగ్గలెక్క ఏ పనీ ముట్టనట్టే ఉంటది. కాపుదనపు రైతు బిడ్డ అంటే ఎవరూ నమ్మరు. ఎత్తూ పొడవు కలిసి నట్టుంటయి. పనిమీద ఆరాటం.

ఎద్దు ఎవసం ఉన్నప్పుడు కొద్దిగా వల్లిపోయినట్టుండె. బొక్కలు తేలి దివాలుమీద ఉండె. ఇప్పుడు రంగు తేలింది. నిగనిగయింది. మొఖం కళమీదుంది. మీటింగులకు పోతుండటంతో నడక మారింది. మాట మారింది. పైసమీద యావ పెరిగింది. ఈ మార్పే సాయిలును భయపెడుతోంది.

మొఖం మాడ్సుకుని చీర మార్చుకుంది పద్మ. అన్నం తిని బీడీల చాట ముందేసుకుని టీవీ ముందు కూసుంది. చూస్త చూస్తండంగనే బీడీలు చుట్టిపోత్తంది. చేతి వేళ్లు మిషిన్ల లెక్కనే పని జేత్తన్నయి.

నారాయణకు కోపం పోయింది. భార్య వైపు జాలిగా చూసిండు. పద్మ ఓరకంట భర్తను చూసి నవ్వింది. టీవీలో 'ఆకు చాటు పిందె తడిసె' పాట వస్తోంది. శ్రీదేవి, ఎన్‌టీఆర్ ఒడిలో ఒదిగిపోతోంది. పద్మ మళ్లీ నవ్వింది. నారాయణ సల్లవడి కొంటెగా నవ్విండు.

"ఏమైంది...? చెక్కు ఇచ్చింండ్రా" అన్నడు మాట కలుపుతూ.

"ఎంపీడీఓ రేపు వచ్చి ఇస్తడట. గ్రూపు మొత్తం ఉండాలంట. మీటింగు పెడుతడట" అంది.

"ఇచ్చేదేదో ఇయ్యక మీటింగు ఎందుకట?"

"ఎందుకంటే ఏంటిది. పది వెయిలు ఇచ్చినప్పుడు వట్టిగనే ఇస్తడా... మీటింగ్ పెట్టి అందరికి భయం చెప్పిందే నయం. లేకుంటే రేపు నాకు బాధ" అన్నది.

నాయనమ్మ, మనుమరాలు ఇంట్లకు వచ్చింండ్రు. శ్వేత తల్లివద్దకు వచ్చింది. గంగవ్వ చేతులు కడుక్కుంటూ కొడుకు దిక్కు చూసింది. "ఏమాయెరా... పూర్తిగా సొలిచ్చుకున్నవు. నాలుగు కట్టెలు కొట్టుపో. రాత్రి పొయ్యికిందకి లేనేలేవు. ఏం బెట్టి వండాలె" అంది.

నారాయణ ఉలుకలేదు, పలుకలేదు. ఇనరానట్టే కూసున్నడు. అత్త మాటలను భర్త లెక్కచేయకపోవడం పద్మకు నచ్చింది. చూపులతోనే కట్టిపడేసేటట్టు చూసింది. చూస్తూ చిన్నగా "అంగన్‌వాడీ టీచర్ పోస్టు ఖాళీ

ఉందట. దరఖాస్తు పెట్టుమంటుండ్రు" అంది.

"ఎక్కడా..." ఆసక్తిగా అడిగిండు నారాయణ.

"మన ఊర్లనే. ఎమ్మెల్యేతో పని అయితదట" అన్నది.

నారాయణకు ఆశ పుట్టింది. జెడ్పీటీసీ మనోడు అన్నడు. ఖాళీ అన్నది నిజమే అయితే పదివెయిలు ఖర్చయినా సరే అది నీకు వచ్చేది ఖాయం అన్నడు.

పద్మ మురిసిపోయింది. తను టీచరు అయినట్టే అనుకుంది. ఆ సంతోషంతో చేతులు వేగంగా ఆడుతున్నాయి. వేళ్ల మధ్యలో చకచక బీడీలు ఆకారం దిద్దుకుంటున్నాయి.

తెల్లారి బేంక్ మేనేజర్ వచ్చిండు. పద్మ పదిహేను మంది సభ్యులను జమ చేసింది. అందరు ఇంట్ల కూసున్నరు. ఒక్క దేవవ్వ మాత్రం రాలేదు.

మేనేజర్ స్వశక్తి సంఘం గురించి, బ్యాంకు రూల్ గురించి చెప్పిండు. పదివెయిల లోను ఇత్తనన్నడు. నెలనెలా కొంత కట్టాలన్నడు. అందరు ఐక్యంగా ఉండాలని, పొదుపు చేసుకోవాలని అన్నడు.

ఆయన చెప్పిందంతా విన్నంక నోరు తెరిచిండ్రు సభ్యులు. లోను ఇత్తనంటే ముప్పయి వెయిలో నలుపై వెయిలో అనుకున్నరు. పదివెయిలు అనేసరికి ఇంతేనా అనుకున్నరు. ఆ పదివెయిలు సాలయన్నరు. పద్మను ముందటేసిండ్రు.

పద్మ లేచి తమ గ్రూపులో అందరు పేదమహిళలే ఉన్నరని చెప్పింది. పదివెయిల లోను చాలదన్నది. ఎక్కువ లోను కావాలని అన్నది. రేణుక గ్రూపుకు ఎల్లవ్వ గ్రూపుకు ఎంత లోన్లు ఇచ్చింది చెప్పి, తమకు ఎందుకు ఇయ్యరని అడిగింది. కనీసం నలుపై వెయిలు ఇయ్యాలన్నది. అందరు ఔనంటే ఔనన్నరు. పద్మ చెప్పింది నిజమే అన్నరు.

మేనేజర్ అంత లోను ఇయ్యనన్నడు. పద్మ ఎందుకియ్యవని నిలేసింది. కోడలు మాటలు ఇన్న గంగవ్వ, 'వాళ్ల బుద్ధి ఉన్నంత ఇయ్యని, ఎక్కువ ఇస్తే మాత్రం మన ఒక్కలకే వత్తయా? పది మందిల పని' అనుకుంది. మామ సాయిలు మాత్రం అట్లా అనుకోలేదు. 'ఇదేమంగడి... మేనేజర్‌ను గంజిల ఈగెను తీసేసినట్టే తీసేత్తంది. రేపు మమ్ములను గూడా ఇంతే. వదురవట్టిన నోరు ఆగుతదా, తిరుగవట్టిన కాలు ఆగుతదా' అనుకున్నడు.

నారాయణ ఇంట్లనే ఉన్నడు. మేనేజర్‌ను అంతకు ముందే పరిచయం చేసుకున్నడు. భార్య మాటలు విని ముసిముసి నవ్వుకున్నడు. 'ఆ... అట్ల నిలేసి అడుగాలె తాత కొడుకును. అవ్వ జాగిరా... వాళ్లకు ఇత్తడు... వీళ్లకు ఇయ్యడా' అనుకున్నడు. చూపులతోనే భార్యను ఎగేసిండు.

ఆడోళ్లందరు గయ్యిమంటుంటే మేనేజర్ తడిపిలు గొన్నడు. ఆగమయ్యిండు. "వాళ్లు కిరాణం దుకాణం పెట్టుకున్నరమ్మా. అందుకు ఇచ్చినం" అన్నడు.

"అయితే మేం పెట్టుకుంటం. మాకు ఇయ్యుండ్రి" పద్మ అంది. మిగతా సభ్యులు నోరు తెరిచిండ్రు. కిరాణ దుకాణం మన నుంచి కాదన్నరు. 'నాడు లేదు నేడు లేదు నాగెల్లినాడు డోలు దెబ్బ' అన్నట్టు తోక తెలువది మూతి తెలువది దుకాణం ఎట్ల నడుపుతం అన్నరు.

"మీకేంది... ఊకోండ్రి" అని సైగజేసింది పద్మ. ఎవ్వలూ నోరు తెరువలేదు. ఇందులో ఏదో ఇకమాతు ఉందనుకున్నరు.

"సారూ... మేం కిరాణం దుకాణం పెట్టుకుంటం. మాకు యాభై వెయిల లోను ఇయ్యుండ్రి" పద్మ అన్నది.

అందరు ఒప్పుకుంటేనే ఇత్తనన్నడు మేనేజర్. అందరం ఒప్పుకుంటున్నమన్నరు.

"సరే... ముందుగల్ల మీరు దుకాణం పెట్టుండ్రి. తర్వాత రాండ్రి. నేను చెక్ చేసుకున్నంక యాభై గాదు, అరవై వెయిలిత్త" మేనేజర్ అన్నడు. వారంల పని కావాలన్నడు. తీర్మానం రాయాలన్నడు. అందరు సంతకం చెయ్యాలన్నడు. మీటింగు అయిపోయింది.

మేనేజర్ పోతుంటే పద్మ ఆపి కుర్చీల కూసోమంది. అన్నం తిని పొమ్మంది. మేనేజర్ నడీడు మనిషి. కుండెడంత బొత్త. బట్ట గుండు. మనిషి సామనలుపు. అన్నం వద్దన్నడు. పగటియాల్ల భోజనం చెయ్యనన్నడు.

నారాయణను బజారుకు పంపి గోధుమ రవ్వ తెప్పిచ్చింది పద్మ. ఉకుమ పోసింది. కోడలుకు గంగవ్వ ఆసరయింది. నారాయణ మేనేజర్‌ను కాక వట్టిండు. పద్మ మర్యాదలు, మాటలు చూసి మేనేజరు సల్లవడ్డడు. పోవాలె పోవాలె అనుకుంటనే ఉకుమ తిన్నడు. చాయ్ తాగిండు. జేబులో

ఎల్లిపోయిండు.

అంతవరుదాక గ్రూపు సభ్యులు అక్కడనే ఉన్నరు. ఇంటిదాక పోయినా కాలు ఆగక మళ్లా వెయిలనంగనే అందరికీ ఆశ పుట్టింది. దుకాణ మనేసరికి దడుకు పుట్టింది. అందుకు పద్మ మీదనే ఆశ పెట్టుకున్నరు.

పద్మ శోభను పిలుచుకుంది. ఏదో మాట్లాడుకున్నరు. శోభ మల్లయ్య కోడలు. "ఎట్ల.... పద్మా. దుకాణమంటే ఎట్లయితది. ఏదైనా ముందే మాట్లాడుకోవాలె. 'ఇరుక రాని గండ్లె ఇరికి ఇగిలిచ్చెనన్నట్టు' దుకాణం గికాణమంటే మాతోని గాదవ్వా... మీ బుద్ధి. దాంట్ల లాసేందో, లాభమేందో తెలువది" అన్నది ఒక సభ్యురాలు.

అంతవరకు ఉగ్గవట్టుకున్న వాళ్లంత ఆమెతో గొంతు కలిపిండ్రు. దుకాణం పెడితే మాకు తెలువదన్నరు. కొందరైతే వద్దే వద్దన్నరు. ఇల్లునిండా మంది. గాయి గాయిగుంది.

సాయిలు బీరిపోయి సూత్తండు. నారాయణ మాత్రం ఉషారుగ తిరుగుతండు. పద్మ నవ్వింది. "నేను ఏం జేత్తనో సూడండ్రి. దుకాణం మీకు వద్దుగని నాకు మాత్రం కావలెనా..?" అంది. మర్మం మాత్రం తెలువనియ్యలేదు.

మాటలు ఇక దేవవ్వ మీదికి మర్రినయి. "అందరచ్చిరిగనీ దేవవ్వ రాలేదు" ఎవలో అన్నరు.

"అది అసలు యాల్లకురాదు. వచ్చిన్నాడు పెండల రాయేత్తది" ఇంకొకలన్నరు.

"కట్టుముల్ల మీద కూకుండే మాటలంటది" మరొకలన్నరు.

"వత్తా రాను కాకుంట జేత్త అన్నట్టు జేత్తది" అని ఇంకొకరు.

"ఏ... పాపం! రాత్రి దాని మొగుడు సావసావ సంపిండంట" ఇంటిపక్కామె అన్నది. ఆ మాటలకు అందరు ఉల్కిపడ్డరు.

"ఆ... కొట్టుడా..? మన గ్రూపుల మనిషిని మొగడు కొట్టుడా...?" అని నోరు తెరిచింది పద్మ.

అప్పటికప్పుడు ఆడోళ్లు అగ్గయి మండిండ్రు. బగ్గున లేచిండ్రు. దండుకు దండు దేవవ్వ ఇంటికి నడిచిండ్రు. వీళ్ల రాకడ చూసి దేవవ్వ మొగడు

పరారయిండు. దేవవ్వ సోకంబెట్టి కడుపుల బాధంత చెప్పుకున్నది. మొగన్ని తిట్టిపోసింది.

అందరు కూడి దేవవ్వకు ధైర్నం చెప్పి ఆమె వెంట తాము వున్నామన్నరు. ఈసారి కనుక ఎప్పుడన్నా కొడితే తమ వద్దకు రావలన్నరు. దేవవ్వకు ధైర్నమచ్చింది. ఇగ జూడు వాన్ని ఇంట్లకే రానియ్యనంటూ కండ్లు తుడుచుకుంది. మీరు మాత్రం ఏమనకుండ్రి అని నవ్వింది.

తల్లి కడుపులకు పొద్దు జారుకుంది. ఎవరి ఇంట్లకు వాళ్లు జారుకున్నరు. తలుపులు దగ్గరేసి దేవవ్వ నిద్రలకు జారుకుంది. రాత్రి ఎప్పుడో తలుపు చప్పుడైతే లేచింది. తలుపులు తెరిచింది. మొగడు భయం భయంగా నిలబడ్డడు. ఎప్పుడూ వచ్చే సార వాసన లేదు. దేవవ్వకు అదే సంతోషమయింది. కంచం కడిగి అన్నం పెట్టింది. ఆవేశంలో మొగన్ని తిట్టినందుకు కంట నీరు పెట్టుకుంది.

తెల్లారినంక సభ్యులందరినీ పిలిపించుకుంది పద్మ. ఇంతకు ముందే దుకాణం పెట్టి నడుపుకుంటున్న గోపాల్‌ను పిలిపించుకుంది. గోపాల్ పదివెయిలన్నడు. వీళ్లు మూడు వెయిలన్నరు. అయిదు వెయిలకు బేరం కుదిరింది. మాట తప్పవద్దన్నాడు గోపాల్. మాటంటే మాటనే అంది పద్మ.

గోపాల్ తన దుకాణాన్ని కొత్త పాత చేసిండు. నీటుగా సర్దిండు. కొత్త సామాన్లు ముందటవెట్టిండు. పాత సామాన్లు ఎనుకకు పెట్టిండు. ఖద్దరు అంగీ తొడిగిండు.

మేనేజర్ వచ్చి దుకాణం చూసిండు. సభ్యులు వచ్చి దుకాణం మాదే అన్నరు. గోపాల్ వచ్చి దుకాండ్ల జీతమున్ననన్నడు.

మేనేజర్ నవ్విండు. "నిన్న మొన్నటిదాక నీదేగదా! ఇయ్యల్ల ఇట్లా...?"

"నిన్న రాత్రే వీళ్లకు అమ్మిన. బతుకుదెరువు కోసం జీతమున్న" అన్నడు గోపాల్.

అందరు చాయలు తాగింద్రు. మేనేజర్ జ్యూసు తాగిండు. కూసున్న జాగల యాభై వెయిల లోను పుట్టిచ్చిందని సభ్యులు పద్మను మెచ్చుకున్నరు. కూసున్న జాగల ఐదు వెయిలు సంపాదించిండని గోపాల్‌ను మేనేజర్ మెచ్చుకున్నడు. అందరు బ్యాంకుల కలుసుకున్నరు.

వారంల యాభై వెయిల లోను వచ్చింది.

పదిహేను మంది మనిషికి మూడు వెయిలు తీసుకున్నారు. ఐదు వెయిలు గోపాల్‌కు ఇచ్చింండ్రు. 'అరే... రొట్టెలోని కన్న తునుకలోడే నయం' అన్నట్టు "మాకంటే నీకే ఎక్కువ" అన్నరు.

గోపాల్ షాపుకు బ్యాంకు లేబుల్ పడ్డది. అది మూడవ లేబుల్.

సాకలోళ్ల దేవుడు మడేలయ్య. వాళ్లు సాకర్లకాడ మడేలయ్య గుడి కట్టింండ్రు. అప్పుడు ఊరిమీద ఉసికె పాతర పంట. ఇంటికి టాక్టరు లోడు పంట పండింది. చందాలు వసూలు చేసి గుడి కట్టింండ్రు.

కిందనే వాగు. బట్టలుతికి ఆరేసి అందరూ గుడిముందు కూసుంటరు. పొద్దు గూకేముందు బట్టల ముల్లె కట్టుకుని వీపు మీద వేసుకుని లైనుగా ఊర్లెకు నడుస్తరు.

గుడి చుట్టూ మామిడి చెట్లు పెంచింండ్రు. గుడిని ఊడ్చి చెట్లకు నీళ్లు పెట్టడానికి ఒక మనిషిని పెట్టింండ్రు.

అదే చెట్ల కింద ఇప్పుడు సాకలోళ్లు కూసున్నరు. ఇంటికి ఒకలిద్దరు మనుషులున్నరు. పెద్దమనుషులు చెట్లకు ఒరిగి ఆలోచన జేస్తుండ్రు. పోరగాండ్లు పెద్ద మనుషులను చూస్తూ ఏం చెప్పుతరో విందామనుకుంటున్నరు.

పెద్ద మనుషులు ఒక నిర్ణయానికి వచ్చింండ్రు. పోరగాండ్లు వింటరో లేదోనన్న భయం ఉంది వాళ్లకు. వినేట్టు చెయ్యాలని పట్టుదల కూడా వుంది.

"ఏమయింది... ఇంకా చెప్పరు. నానవెడుతుండ్రు" ఒక పోరడు అన్నడు.

మైసయ్య పెద్దమనిషి. ఇద్దరు కొడుకులు. మనుమలు మనుమరాండ్లు. కొడుకులిద్దరు ఏరువడ్డరు. ఎవల ఇండ్లు వాళ్లకు అయినయి.

అసలు సంగతి ఏమిటంటే కులంలోని పోరగాండ్లందరినీ ఏకంజేసి ఎగదోసింది మైసయ్య కొడుకులే. అందుకే తీర్పు చెప్పే పనిని మైసయ్య మీదే పెట్టింండ్రు పెద్దలు. వాళ్లు గూడా మైసయ్యనే చూస్తుండ్రు.

చెట్టుకు ఒరిగున్న మైసయ్య సర్దుకుని కూసుని సరాయించి పొడి దగ్గు దగ్గిండు. కులమంతా తన నెత్తిమీదనే ఎందుకు పెట్టింండ్రో అర్థమై కూడా అర్థం గానట్టే ఉన్నడు. రెండు బుక్కలు బీడి తాగి దాన్ని నలిచి ఇసిరికొట్టిండు. పురుటి నొప్పులు పడుతున్నట్టుగా ఉన్నడు.

అసలు విషయం ఏమిటంటే పంటలు పండిననాడు సాకలోళ్లకు ఇంటికి పది బుడ్ల వడ్లు పెట్టింద్రు. రోజూ పొద్దున, మాపున అన్నం బెట్టింద్రు. ఇప్పుడు పంటలు సరిగ్గా లెవ్వు. పండిన నాడు పెడుతం. ఉతుకుంద్రి అంటుంది ఊరు.

రెండేండ్లు పండయి. రెండేండ్లు పెట్టరా...? అంటుంద్రు పోరగాండ్లు.

"ఉతుకుడు ఆపకుండి. మాట్లాడుదాం" అంటున్నది ఊరు.

"ఆపితేనే పంచాది తెగుతది" అన్నరు పోరగాండ్లు.

"ఇన్నేండ్లు ఊరితోని బతికినం. కరువు కాలంల బట్టలుతికినం. మాట్లాడుదాం. ఆపుడెందుకు?" సాకలి పెద్దల మాట.

ఇంతలోనే వాగు ఎండిపోయింది. కలెక్టరుకు, ఎమ్మెల్యేకు దరఖాస్తులు పెట్టుకున్నరు. బోరుబాయి కోసం, దోబిఘాట్ కోసం తిరిగింద్రు. వెంట సర్పంచ్ గూడా తిరిగిండు.

సాకలి పోరగాండ్లు తెలివైన వాళ్లు. దోబీఘాట్ పనులు అయ్యేదాక బోర్‌మోటార్ నీళ్లు పోసేదాకా వడ్ల గురించి ఎత్తనేలేదు. ఆ విషయం ఎత్తితే పనులకు అడ్డుపుల్ల వేస్తరని భయం.

పనులు పూర్తయినాక మొండికేసి కూసున్నరు. మాకూ కడుపుంది. ఫలితం లేని కష్టం ఎవలు చేస్తరు...? అంటుంద్రు.

అదీ నిజమే! వాళ్లకు కడుపుంది. ఎట్ల బతుకుతరని కొందరు.

మనకే తిండికి లేదు. కంట్రోలు బియ్యం తింటున్నం. వాళ్లకేం పెడుతమని కొందరు. ఊరు రెండు మాటలు మాట్లాడుతోంది. సాకలోళ్లు ఒక్కమాట మీదున్నరు.

నెల కిందనే సర్పంచ్ రెండు వర్గాల పెద్దమనుసులను కూసోబెట్టి మాట్లాడుకో మన్నడు. అటుతొక్కి ఇటుతొక్కి పెద్దలు ఒక నిర్ణయానికి వచ్చింద్రు.

ఆ నిర్ణయం ఏమిటంటే, సాకలోళ్లు పొద్దుమాపు అన్నం అడుగవద్దు. ఉతికినందుకు ఆరు నెలలకు నాలుగు వందలు ఇయ్యాలె. పండుగలకు, పబ్బాలకు, లగ్గాలకు మేకలు కోస్తే ఎప్పటిలాగానే కాళ్లు, తలకాయ వదిలి

పెట్టాలె. పూట భోజనం. కల్లుకు పైసలు.

అప్పుడు ఈ నిర్ణయం ఇరువర్గాల పెద్దమనుసులకు నచ్చింది. అందరు ఒప్పుకున్నరు. కాయిదాలు రాసుకున్నరు.

సాకలి పిల్లలు మాత్రం ఒప్పుకోలేదు. పెడసరిగా మాట్లాడి పెద్దలను ప్రశ్నించిండ్రు. ఆరు నెలలకు నాలుగు వందలైతే నెలకు ఎంత? అని లెక్కదీసి, రోజుకు ఎంతనో లెక్కగట్టి, సున్నం ధర సోడా ధర లెక్క గట్టిండ్రు. రోజుకు పొద్దంతా సాకిరి జేత్తే రెండు రూపాయలన్నా పడుతలేవని లెక్క తేల్చిండ్రు.

"అరే... పది ఇండ్లు. పది రెండ్లు ఇరువై రూపాయలు గదా" పెద్దలు సముదాయించిండ్రు.

"ఛల్... నీయవ్వ. ఇరువై రూపాయల కోసం ఇంటి మనుసులందరు ఇడిసిన బట్టలుతకాలె" పిల్లల సవాలు. వీరిని మైసయ్య కొడుకు ఎగేసుడు. ఉతుకుడే వద్దని ఉరుకుడు.

"కాయిదాలు రాసినం. మాట తప్పుతరా..." పెద్దలు.

"తప్పకపోతే మీరే ఉతుకుండ్రి. మేము మాత్రం రాము" పిల్లలు.

అట్లా విషయం పెండింగులో పడింది. ఊరు ఉతుకుడు బందయింది. ఊర్లె పెద్దమనుషులు సాకలి పెద్దలను కేకవేసిండ్రు. "అప్పుడు మాట మాట్లాడింది నోరుగాదు, మోరా" అన్నరు, బెదిరించిండ్రు.

సాకలి పెద్దలు విషయాన్నంతా మైసయ్య నెత్తిమీద పెట్టిండ్రు. దోసకాయ, కొడవలి నీ చేతులో పెట్టినం అన్నారు. అందుకే ఈ రోజు మైసయ్య అందరినీ కూసో బెట్టిండు. కొడుకులను గూడా.

మైసయ్య చెబుతున్నడు. అందరూ వింటున్నరు.

"ఒరేయ్... పోరగాండ్లూ.... మీరు పడుసా పెడుసా అన్నట్టున్నరు. అనుభవం లేదు. చెప్పుమీది కుచ్చులోలే ఎగురుతున్నరు. ఎద్దు ఎగిరితేనే గంట ఎగురుతది కానీ గంట ఎగిరితే ఎద్దు ఎగురది. మీరు కాదంటే ఇది ఆగే పని కాదు. ఇది ఇయ్యల్ల మొదలు కాలేదు. తాతలు, తండ్రుల నాటిది. ఊరుతో మనం బతికినంగానీ మనతో ఊరు మతుకలేదు. కాయ దొరికింది, పండు దొరికింది, కూర దొరికింది, నార దొరికింది, తిండి దొరికింది, బట్ట గడిచింది, పొట్ట గడిచింది."

"ఏ... ఆపు. అవేనా చెప్పేది. ఇప్పటి సంగతి చెప్పు. ఉతుకుడా, వద్దా..." ఒకడు అన్నడు.

ఇంకొకడు వెటకారంగా, "చాట భారతం మొదలుపెట్టిండు" అన్నడు.

అంతవరకు మౌనంగా ఉన్నవారు పెదవి విప్పినారు. గోలగోలగా అయింది. "ఏ... ఆగుండ్రి" అని ఎవరో గద్దిరించిండ్రు. అందరూ ఆగిపోయిండ్రు.

మైసయ్య మనసు చిన్నబుచ్చుకున్నడు. అయినా నోరు విప్పిండు. మరోసారి అయితే లేచి వెళ్లిపోతుండె. ఇప్పుడు కన్ను తనదే, వేలు తనదే. అందుకే ఓపిగ్గా కూర్చున్నడు.

"ఈ ఒక్క ఆరు నెలలు ఇట్లనే చేద్దాం. తర్వాత పెంచుకుందాం..." ఒక్కటే మాటన్నాడు మైసయ్య.

సగం మంది ఒప్పుకున్నరు. మిగిలిన వారు కోపంగా లేచిండ్రు. మేము ఒప్పుకోమన్నరు.

"మీరు ఎట్లంటరు...?" మైసయ్య బిర్రుగా అడిగిండు.

"ఎట్ల లేదు. ఇంటికి ఆరు వందలు ఇస్తే చేత్తం, లేదంటే లేదు" అన్నరు.

మైసయ్య ఒప్పియాలని చూసిండు. ఎవలూ ఒప్పుకోలేదు. మాట మీది నుంచి దిగిరాలేదు. జమ, తీసివేత లెక్కలు వేసుకుని, మిగిలిన వాళ్లంతా ఒక జట్టుగా కూడిపోయిండ్రు. ఆరు వందలంటే ఎక్కువేం గాదు అన్నరు. మైసయ్య కొడుకులు అదే అన్నరు.

పెద్ద మనుషులకు ఊరి భయముంది. ఎంతకయినా ఒప్పుకుంటున్నరు. పిల్లలు మాత్రం మైసయ్యను లెక్కచేయడం లేదు. మాటకు మాట అంటున్నరు.

పొద్దుగూకింది. ఆరు పెట్టెల కల్లు వచ్చింది. పంచాది తెగలేదు. బలంగా బిగిసింది. మనిషికి రెండు సీసలు తాగిండ్రు. ఇంటిదారి పట్టిండ్రు.

తెల్లారి మైసయ్య ఆర్డర్ పాసుజేసిండు. ఇష్టమున్నోడు ఉతుకవచ్చు. లేనివానికి బలవంతం లేదు అన్నడు. సగం మంది ఉతకడానికి పోయిండ్రు. ఇంకో సగం పోలేదు.

రెండు రోజులు గడిచాయి. ఆ రెండు రోజుల్లో సగం ఇండ్లల్లోకి సాకల్లు

పోగా ఇంకో సగం ఇండ్లల్లోకి పోలేదు. ఊరంతా బదురుకున్నరు. సగం మందికి ఉతుకుడేంది...? ఇంకో సగం ఉతుకక పోవుడేంది. ఉతికితే అందరి బట్టలు ఉతుకుండ్రి. లేదంటే బందు వెట్టండి" ఉన్నరు. అన్నట్టుగానే తెల్లవారి సాకలోళ్లకు ఎవలూ బట్టలు వేయలేదు.

సాకలి వాళ్లలో రెండు వర్గాలయినయి. ఉతికేవారు, ఉతకని వారు. ఇద్దరికీ కొట్లాటయింది. తన్నుకున్నరు. కేసులు పోలీస్‌స్టేషన్ దాకా పోయినరు.

"బతుకుడే కష్టముంది. ఆరు వందలు ఇయ్యలేము" అని వాళ్లు.

"ముందటి లెక్క వాగులా...? చెరువులా...? బోరు పొక్క దగ్గర రెక్కలు ముక్కలయితున్నయి. ఆరు వందలు ఇయ్యాల్సిందే" అని వీళ్లు.

వాళ్లన్న ఆరు గాదు, వీళ్లన్న నాలుగు గాదు, ఐదువందలు కుదిరిద్దామని కొందరు.

సంది కుదిరి మామూలుగానే బట్టలు ఉతుకుదురు. ఏ లొల్లి కొట్లాట వుండక పోతుండె. ఇయ్యల్లనో రేపో ఒప్పందం కుదురుతుందనగా మధ్యలోకి మల్లయ్య వచ్చిండు.

పంచాదిని కొత్త మలుపు తిప్పిండు. ఉన్నవాడుంటడు. లేనివాడుంటడు. ఐదు వందలు ఎక్కడి నుంచి తెస్తడన్న కొత్త వాదనను తెచ్చిండు. మైసయ్య పెద్దకొడుకు దేవయ్యను ఎగదోసిండు. దేవయ్య ఐదు వందల నోటును మల్లయ్య జేబులోకి తోసిండు.

"నీకేం భయం లేదు. నీ వెనుక నేనుంట. పని కానీయ్..." మల్లయ్య అభయం ఇచ్చిండు.

"మీరే నాకు బలం. మాట రాకుండా చూడాలె" దేవయ్య అన్నడు.

మైసయ్య తిడుతనే ఉన్నడు. కులంతోని బలమని నీతులు చెప్పుతనే వున్నడు. దేవయ్య వినలేదు. మాట్లాడలేదు. ఊరి మధ్యలో ఒక రూమును కిరాయికి మాట్లాడుకుని పెద్ద ఇస్త్రీ పెట్టె కొనుక్కున్నడు. నాలుగు తట్టల బొగ్గును జమ చేసుకుని లాండ్రీ షాపును తెరిచిండు.డ్రెస్సు ఉతికి చేస్తే మూడు రూపాయలు, వట్టిగైతే రూపాయి.

సాకలి పెద్దలు కన్నెర్రచేసి బెదిరించిండ్రు. పంచాదులని, జరిమాన అని అన్నరు. నీకు బట్టలు ఎవలు ఇస్తరో చూస్తమంటూ ఊరి పెద్దమనుషులను

కలుపుకున్నరు. మైసయ్య గూడా వారితోనే కలిసిండు.

దేవయ్య మల్లయ్యను కలిసిండు. నూరో యాభయో ముట్టజెప్పిండు. మల్లయ్య తన వెంట మరికొందరిని జమ చేసుకున్నడు. దేవయ్యకు బట్టలేసిండు. మల్లయ్యకు ఫ్రీ. మరికొందరికి ఫ్రీ.

"మీరు ఉతుకరు. ఉతికినోడిని వద్దంటరు. ఇదేం పద్ధతి" నోరు చేసుకున్నడు మల్లయ్య.

దోతీ, అంగిని మల్లె మొగ్గోలె మడతపెట్టి మల్లయ్యకిచ్చిండు దేవయ్య. ఊరు వారం రోజులు కుత కుత ఉడికింది.

ఈ వారం రోజుల్లో ఇంకా కొంతమంది పెద్దలను కలిసిండు దేవయ్య. మల్లయ్య వెనుక ఉండి సలహాలిచ్చిండు.

ఊర్లె మాల మాదిగలున్నరు. మాలల మాటనే నడుస్తది. మాలల పెద్దమనిషి పోశాలు. దేవయ్య పోశాలును కలిసిండు. మాలలంతా సపోర్టు ఇచ్చిండ్రు.

మాదిగల పెద్దమనిషి ఎల్లయ్య. ఈ మధ్య అతడిని ఎంపీటీసి ఎల్లయ్య అంటుండ్రు. అతడు ఎంపీటీసి గాదు. భార్య ఎంపీటీసి. అయినా అన్ని పనులు ఎల్లయ్యనే చేస్తడు.

ఎలక్షన్లప్పుడు మాల మాదిగలకు పెద్ద కొట్లాట. ఎట్లాగైతేనేం. ఊరందరిని కట్టుకొని గెలిచిండు. దేవయ్య ఎల్లయ్యను గూడా పట్టిండు. సగం ఊరు తనకు తిరిగినట్టయింది.

ఆఖరున సర్పంచ్ వెంకటాద్రిని గూడా పట్టిండు దేవయ్య. సర్పంచ్ అంటే సర్పంచ్ గాదు. సర్పంచ్ కొడుకు. తల్లి సర్పంచ్. కొడుకుది రాజ్యం. తండ్రి ఎడ్డెక్కురోడు. తల్లికి సదువు రాదు. డిగ్రీ ఫేలయిన కొడుకు ఊర్లె రాజకీయం చేస్తుండు. ఎక్కడోళ్లను అక్కడ తడిపిండు దేవయ్య. లాండ్రి షాపు రోజు రొక్కమయింది.

కుత కుత ఉడికిన ఊరు సల్లారింది. ఇంకో రెండు లాండ్రీ షాపులు వచ్చినయి. అసలు తకరారు దోబీఘాట్ వద్ద వచ్చింది. బోరు నీళ్లతో ఘాట్‌లో దేవయ్యను బట్టలు ఉతకనీయలేదు. సాకలోళ్లు, "పొత్తుల బోరు... నువ్వు ఒక్కనివే ఎట్ల పిండుకుంటవు" అన్నరు.

ఊరి పెద్దలు దేవయ్య ఎంట ఉండనే ఉండిరి. "అది ఊరి బోరు. ఊరి ఘాటు వీడు గూడా ఊరి బట్టలే ఉతుకుతుండు. దమ్ముంటే మీరూ పెట్టుకోండ్రి లాండ్రి అన్నరు.

కోపంగా, ఆరాటంగా మరో ఇద్దరు ముగ్గురు లాండ్రి దుకాణాలు తెరిచిండ్రు. గానీ, వారంలోపే మూసుకున్నరు. బతుకుదెరువు కొరకు కొందరు బొంబాయి పోయిండ్రు. దుబాయి పోయిండ్రు. కొందరు కూలినాలి చేసుకుంటండ్రు. దేవయ్య మాత్రం మంచి గిరాకీ చేత్తుండు.

సాకలోళ్లను చూసి మంగలోళ్లు ఇచ్చుక పోయిండ్రు. దేవయ్య లాండ్రికి ఎదురుగానే మంగలి మత్తడి కటింగ్ సెలూన్ తెరిచిండు.

ఊర్ల తిరిగే పోరగాండ్లు, ఊర్లె తిరిగే పెద్దమనుషులు, చిన్నోడు, పెద్దోడు అద్దాల సెలూన్‌లో మొఖం చూసుకుంటా రకరకాల కటింగులు కొట్టుకుంటండ్రు. ఇస్త్రీ వాడికె పెట్టుకుంటండ్రు. నగతు పైసలిత్తండ్రు.

మంగలి మత్తడి అబ్బాస్ కటింగని, నితిన్ కటింగని, మిస్త్రీ కటింగని రకరకాల పేరు పెడుతుండు. పోరగాండ్లకు ఫ్యాషన్ నేర్పుతుండ్రు. అట్లా రెండు కులాలు కట్టడి ఇచ్చుకపోయింది.

మండల పరిషత్, జిల్లా పరిషత్ ఎలక్షన్లు దగ్గరికస్తున్నయి. అటు వెనుకనే సర్పంచ్ ఎలక్షన్లు. జడ్పీటీసీ, ఎంపీటీసి, సర్పంచ్ ఎవరి పనులల్ల వాళ్లున్నరు. ఎవరి కిందికి వాళ్లు తోడుకుంటరు.

జడ్పీటీసీ బిజెపి,
ఎంపీటీసీ కాంగ్రెస్,
సర్పంచ్ తెలుగుదేశం.

ముగ్గురువి మూడు తొవ్వలు. అటు కేంద్రంలో, ఇటు రాష్ట్రంలో బీజేపీ, తెలుగుదేశం అలయన్స్. ఇక్కడ మాత్రం జెడ్పీటీసీకి సర్పంచ్‌కు పడదు.

జన్మభూమి కింద రోడ్డు పనులు, మోర్ల మరమత్తులు, కల్వర్టు పనులు ఇత్తండ్రు. పనికి ఆహారం కింద బియ్యం, ఇంటికొక లాట్రిన్ రూం, బి.పి.ఎల్ సర్వే కింద ఇండ్లు, దీపం పథకం కింద సిలిండర్లు, వృద్ధాప్య పింఛన్లు ఇత్తండ్రు. ఆపద్బంధు పథకం కింద సచ్చినోళ్లకు పైసలిత్తండ్రు.

ఆదరణ పథకం కింద పనిముట్లు ఇత్తండ్రు.

అన్ని పథకాలు అన్ని పనులు ఎమ్మెల్యే తెత్తండు. సర్పంచ్ కిత్తండు. ఇద్దరూ తెలుగుదేశమే. పార్టీని మళ్లీ ఎలక్షన్లలో గెలిపియ్యాలనే పట్టుదలతో వున్నరు.

పథకాలన్నీ సర్పంచ్ ప్రజల కిత్తండు. ప్రజలంటే అతని ప్రజలు - ఎమ్మెల్యే వస్తండంటే కదిలే ప్రజలు. మీటింగు ఉందంటే పొద్దంతా తనతో ఉండే ప్రజలు. కరీంనగర్‌లో సీఎం సభ ఉందంటే ట్రాక్టర్ ఎక్కే ప్రజలు. తన కనుసైగతో మెదిలే ప్రజలు. వీళ్లకే అన్ని పథకాలు ఇస్తండు.

తమ ఊరి సర్పంచ్ ఆడమనిషి అని, ఆమె పేరు లింగమ్మ అని, తమ ఊరి ఎంపీటీసి ఆడమనిషి అని, ఆమె పేరు సరోజన అని తమ పాఠశాల కమిటీ చైర్మెన్ ఆడమనిషని, ఆమె పేరు శోభాదేవి అని జనం ఎప్పుడో మరిచిపోయిండ్రు. సర్పంచ్ అంటే కొడుకు వెంకటాద్రి.

ఎంపీటీసీ అంటే భర్త ఎల్లయ్య.

చైర్మెన్ అంటే మామ మల్లయ్య.

ఊరి పెద్దమనుషులు వీళ్లే. ఊరి రాజ్యం వీళ్లదే.

మండలం నుంచి వచ్చిన పనులు ఎంపీటీసి, జిల్లా నుంచి వచ్చిన పనులు జడ్పీటీసి, పాఠశాలకు వచ్చిన పనులను చైర్మెన్, ఊరికి వచ్చిన పనులను సర్పంచ్ చూసుకుంటుండ్రు.

అందరూ మళ్లీ ఎలక్షన్లలో గెలువాలనే పట్టుదలతో ఉన్నరు. గాలాలు వేస్తండ్రు. ప్రజలను ఆకర్షిస్తుండ్రు. తమ పార్టీ వాళ్లే గెలువాలనుకుంటుండ్రు. జెడ్పీటీసి ఊరివాడు గాదు. పక్క ఊరి మనిషి. అతడి పార్టీ బీజేపీ.

జెడ్పీటీసికి గ్రామం మీద కన్నుపడింది. మొదటి నుంచి గ్రామంలో బీజేపీ లేదు. గ్రామం పెద్దది. రెండు వేయిలకు పైనే ఓటర్లున్నరు. ఊరు ఏ వ్యక్తికి గుద్దితే ఆ వ్యక్తి గెలుసుడు ఖాయం. ఊర్లె పార్టీని పెట్టాలని మల్లా గెలువాలని అనుకున్నడు.

రెండు క్రికెట్ కిట్లు కొన్నడు. కారులో వేసుకుని ఊర్లెకు వచ్చిండు.

పదవ తరగతి, ఇంటర్, డిగ్రీ ఫెయిలైన పోరగాండ్లు ఊర్లె తిరుగుతండ్రు. మడిగెల మీద కూసుంటండ్రు. వాళ్లను పట్టుకున్నడు జెడ్పీటీసి.

పేరు వినుడే గాని వ్యక్తిని చూడలేదు కొందరు. కొందరికి ముఖపరిచయముంది. కొందరికి పేరు తెలువది, మనిషి తెలుసు. కొందరికి మనిషి తెలువది, పేరు తెలువది. అందరు జమగూడింట్రు.

క్రికెట్ కిట్‌లను చూసినంక చుట్టూ ముసురుకున్నరు. మురుసుకున్నరు.

బీజేపీ... జిందాబాద్.

సహదేవరెడ్డి... కమలం గుర్తు.

నినాదాలు చేసి జైగొట్టింట్రు. చప్పట్లు గొట్టింట్రు. జెడ్పీటీసి వస్తుండని తెలిసి నారాయణ వచ్చిండు.

జనం గుంపు గూడింట్రు. గుంపుల ఉన్న నారాయణ నమస్తె పెట్టిండు. నవ్విండు. మందిని, సహదేవరెడ్డిని చూసిండు. అంగన్‌వాడి పోస్టు గుర్తుకొచ్చింది.

సహదేవరెడ్డి గూడా నవ్విండు. రెండు చేతుల దండం పెట్టిండు. "నారాయణా బాగున్నవా" అని పేరు పెట్టి పిలిచిండు. నారాయణ ఉబ్బిపోయిండు. మందిని పాపుకుని ముందుకు వచ్చిండు. "బాగున్న సార్... మీరు బాగున్నారా? బాగ రోజులయింది సార్ కలువక" అన్నడు.

"సార్ ఏందయ్యా... సార్. నేను సార్‌నా! అన్నా అను, నేను తమ్మీ అంట" అన్నడు. అందురు చప్పట్లు గొట్టింట్రు. నారాయణ ఉబ్బిపోయిండు.

"మంచిదన్నా... అందరం అన్ననే అంటం" అన్నడు నారాయణ. పక్కకు వచ్చి సహదేవరెడ్డి పక్కన నిలవడి అందరివైపు గర్వంగా చూసిండు. సహదేవరెడ్డి నారాయణ భుజం మీద చేయివేసిండు.

బీజేపీ గ్రామ కమిటీ ఏర్పడ్డది. నారాయణ ప్రెసిడెంటయిండు. బొట్టు పెట్టింట్రు. అప్పటికప్పుడు పూలదండ గుచ్చి సహదేవరెడ్డి మెడలో వేసింట్రు. రెడ్డి ఆ దండను తీసి నారాయణ మెడలో వేసిండు. ఫోటోలు దిగింట్రు. చాయలు తాగింట్రు. జనం తొందరగానే తన దిక్కు తిరిగినందుకు సహదేవరెడ్డి ఖుషీ అయిండు.

నారాయణకు రెడ్డి సభ్యత్వపు బుక్కులు ఇచ్చిండు. కారు ఎక్కిండు. నారాయణ కారు పక్కకు వచ్చిండు. వంగి కిటికీలోంచి తొంగి చూసిండు.

"అన్నా... చిన్న పని"నారాయణ అన్నడు.

"చెప్పు తమ్మీ" గేరు మారుస్తూ రెడ్డి అన్నడు.

"అంగన్‌వాడి పోస్టు ఖాళీ ఉందట..." నసిగిండు.

"తెలుసుకుంట. ఎండీఓను అడుగుత. సూపర్‌వైజర్ మనకు దగ్గర. కాకుంటే కలెక్టర్ దాక పోదాం. ఎంపీతోని చెప్పిపిస్త" అన్నడు సహదేవరెడ్డి.

నారాయణరెడ్డి ఫోను నెంబర్ రాసుకున్నడు. తన పక్కవాళ్లది ఫోన్ నెంబర్ కూడా ఇచ్చిండు. రేపే ఫోన్ చేసి చెబుతానన్నడు రెడ్డి. నారాయణ సంతోషంగా చూసాడు. కారు ముందుకు కదిలింది. వీళ్ల మాటలు ఎవలూ వినలేదు. నారాయణ సహదేవరెడ్డితో చనువుగా ఉండడం అందరూ చూసింద్రు. నారాయణ గల్ల ఎగిరేసిండు. పొద్దంతా ఊరిలోనే తిరిగిండు. కొద్దిసేపు పిల్లలతో క్రికెట్ ఆడిండు. పేర్లు రాసుకున్నడు. సభ్యత్వం చేసుకున్నడు.

సాకలి దేవయ్య లాండ్రీ రూములో ఆఫీసు పెట్టిండు నారాయణ. పొద్దుగూకినాక ఇంటికి పోయిండు. ఇంటి ముందట నలుగురైదుగురు జమకూడింద్రు. ఏవో సలహాలు చెబుతున్నరు. తండ్రి గూడా లేడు. తల్లి ఏదో మాట్లాడుతోంది. పద్మ ఆగమాగాన తిరుగుతోంది. తమ్ముడు రాజు బర్రెపాకలో ఉన్నాడు. పాకలో పాలు చీకే దుడ్డె కాళ్లు కొట్టుకుంటోంది.

నారాయణకు భయమయింది. "ఏమైందే..? దుడ్డెకు ఏమయింది" అన్నాడు. నారాయణ మొఖం మీద చెమట పట్టింది. గొంతు వణికింది.

"ఎటు పోయినవురా... పత్తకు లెవ్వు. పొద్దునంటా పోయినవు" అన్నది తల్లి. నారాయణ తల్లి మాటలు వినలేదు. దుడ్డె దగ్గరికి పోయిండు. అప్పటికి అది కాళ్లు కదపడం కూడా ఆపింది. నాలుగు కాళ్లు బార్ల జాపింది. నాలుక తెరిచింది. చలనం ఆగిపోయింది. ఈగలు, దోమలు ముసిరినయి.

గంగవ్వ నెత్తిన చేతులు పెట్టుకుంది. ఆమె కళ్లల్లో నీళ్లు తిరిగినయి. రాజు పెదవి విరిచిండు. పద్మకు కోపం వచ్చింది. బాధ కూడా కలిగింది. "పొద్దటి నుండి కొట్టుకుంది. మందో మాకో నూరిపోస్తే బతుకుతుండె. మామ లేకపాయె... నువ్వు లేకపోతివి" అని భర్తను యాష్టపడ్డది.

"జెడ్పీటీసి వచ్చిండు. వాళ్లు వచ్చినప్పుడు నిలబడాలెగదా! లేకుంటే పనులు కావు" అన్నడు నారాయణ మెల్లగా.

పద్మకు అంగన్‌వాడీ పోస్టు గుర్తుకు వచ్చి 'నిజమే' అనుకుంది. నిజమైనా అబద్ధమైనా మాట తనమీద ఉంచుకోదు. తప్పు తనవైపు నిలుపుకోలేదు. మాటను ఆపది. పట పట మాటలంటది.

"నిలబడితే నిలబడితివి. ఒక్కమాటు ఇంటిదాకా వస్తే బాగుండుగదా" అన్నది.

"ఔ... వచ్చేదుండె. తీరికలేదు. ఏం చేద్దాం" అన్నడు నారాయణ.

దుడ్డెను ముట్టి చూసి దాని చుట్టూ తిరిగిండు. మూడు నెలల దుడ్డె. గెచ్చు గెచ్చు ఉంది. నల్లగా ఉంది. పోతుదుడ్డె గాదు, పెయ్యదుడ్డె. నాలుగు ఏండ్లు గడిస్తే బర్రె అయితది.

"అది గాదు బాధ. ఇప్పుడు పాలు ఎట్లా...? దుడ్డె లేకుంటే బర్రె పాలు ఇయ్యదు. బర్రెకు బ్యాంకు అప్పు ఇచ్చింది. బర్రెకు ఇన్సూరెన్స్ ఉంది. అది చనిపోతే కొత్త బర్రె కొనుక్కోవచ్చు. పాలు పిండవచ్చు. అప్పు తీర్చవచ్చు. కానీ దుడ్డె రాదు. పాలు ఇయ్యదు. అప్పు తీరదు. మళ్లీ ఎదునకచ్చి, పోతు పారి, కట్టి, ఈత ఈనేదాక మేత వేసి సాకాలి. ఇది బాధనే. అన్యాయమే! రైతును దోసుకోవడమే. అటు బ్యాంకు, ఇటూ డైరీ అంతా బాగానే ఉంటారు. మధ్య మునిగేది రైతే!"

ఈ ఆలోచన నారాయణకు రాలేదు. పద్మకు వచ్చింది. గంగవ్వకు వచ్చింది. రాజుకు సమస్యనే అర్థం కాలేదు. అందరి దిక్కూ చూస్తున్నాడు. పాకలో బర్రె దిక్కులు చూస్తోంది.

ఆ రోజు బర్రెకు సేపులు రాలేదు. పాలు ఇయ్యలేదు. దగ్గరికి పోతే తన్నింది. రాత్రంతా 'హ్రేయ్' అంటూ ఒక్కటే అరుపు. పొదుగు నిండి తడలు గొట్టింది.

అల్లుడు దుబాయి పోతుంటే సాగనంపపోయిన సాయిలు ఊరి నుండి ఇల్లు చేరిండు. పదివెయిలు తక్కువ ఉంటే నింపి వచ్చిండు. విజిటింగ్ వీసా అది. దొరుకకుంటే దొర, దొరికితే దొంగ. బాధ బాధగానే ఇల్లు చేరిండు. ఇంట్లోకి అడుగు పెట్టగానే ఈ ముచ్చట తెలిసింది.

నెత్తికి చేతులు పెట్టుకుండు సాయిలు. గుండెల కలుక్కుమంది. బ్యాంకు అప్పుడు యాదికచ్చినయి. బర్రెకు మరుగు మందు పెట్టిండు. అయినా పాలు

ఇయ్యలేదు. ఇంకో దుడ్డెకు చనువు చేసిండు. వాసన చూసి కొమ్ములతో కుమ్ముడు కుమ్మింది.

పొదుగు ఎండుకపోయింది. పాలధారలు మళ్లిపోయినయి. బర్రె ఎండుకపోయింది.

చచ్చిపోయి దుడ్డె, బతికిపోయి బర్రె ఇంట్ల కొట్లాటలు పెట్టినయి. కొత్తగా చిచ్చు పుట్టింది.

"నేను వద్దే వద్దన్న. ఆగకుండా తెచ్చిండు. ఒక్క బర్రె పాలు అప్పులకు సరిపోతలెవ్వు. ఎట్టికట్టం గావట్టి" అంది పద్మ.

"ఒకలు చెప్పితే ఇంటడా... మంకుపట్టు" గంగవ్వ అంది.

సాయిలు నోరు విప్పలేదు. "సచ్చిపోతదని ముందే తెలుసునా?" అని మాత్రం అన్నడు.

ఫస్టు తారీకు నాడు పాల లెక్కలు అయినయి. డైరీలో ప్యాటు తీస్తరు. ప్యాటుతోనే పైసలిస్తరు. సాయిలు లెక్క చేసిండు. లోను పదమూడు వందలు. దానాకు నాలుగు వందలు. మొత్తం అప్పులు పదిహేడు వందలు. సాయిలుకు వచ్చినవి పదిహేను వందలు. ఇంకో రెండు వందలు తానే ఇయ్యాలె.

రెండు బర్ల పాలు ఉన్నప్పుడు మూడు వెయిలు వత్తుండె. బాకీ పోను వెయ్యి పన్నెండు వందలు మిగులుతుండె. ఇప్పుడు పాలు లెవ్వు, పైసలు లెవ్వు. ఉత్త చేతుల ఊపుకుంట వచ్చిండు సాయిలు. రెండు వందలు బదులు అడిగి కేంద్రంలో ఇచ్చి వచ్చిండు.

గంగవ్వకు విషయం తెలిసి భర్తను తిట్టింది. కొడుకును మందలించింది.

"సంసారం పాడుగాను. ఎట్లా.... అందరు కూసుండి తినుడాయె. పనేం లేకపాయె ఎట్ల బతుకుదాం. 'మొగోళ్లన్నప్పుడు నూటొక్క దందలు చేస్తరు. గా మల్లయ్య జూడు... బడికి ఏ పని వచ్చినా చేపిస్తడట. రూపాయి పని వస్తే ఆటాన పని చేసి ఆటాన లోపలి కేస్తడట. వాని కొడుకు సర్పంచ్ ఎంట తిరుగుతడట. మోరి పనులు, సిమెంటు పనులు చేపిస్తడట. మొన్న వాళ్ల ఇంటి ముందట సిమెంటు రోడ్డు చేయించెనట. పది వెయిలు మిగిలినయట. అవ్వ మురవ వట్టె. మా ఇంట్లున్నరు మొగోళ్లు...." అన్నది.

పద్మ భర్తను చూసి కిసుక్కున నవ్వింది. కనుబొమ్మలు ఎగిరేసింది.

నారాయణకు కోపమొచ్చింది. "పదివెయిలు తెచ్చియ్యి. ఏం దంద చేస్తనో చూడు. చేతుల పైసలు లెవ్వు. ఏం చెయ్యమంటవు. మొన్న ఐదు వెయిలు ఉంటే డిష్ ఏంటీనా తీసుకుంటుండిని. జెడ్పీటీసి రోడ్డు పని ఇప్పిస్తనన్నడు. అదన్నా చేస్తుంటిని" అని భార్య దిక్కు గర్వంగా చూసిండు.

"నా దగ్గర ఎక్కడియి. మీ మామను అడుక్కరా. మనకు ఇచ్చేదేనాయె. కట్నం పైసలు ఇంకెప్పుడు ఇత్తడు. నీ బిడ్డె పెండ్లిల ఇత్తడా" అన్నది గంగవ్వ.

పద్మ కోపంగా తలెత్తింది. చేస్తున్న బీడీని చేతుల్లోనే ఆపింది. నారాయణ కండ్లతోనే భార్యను సముదాయించిండు.

"అగో... వదినె కోపానికత్తుంది" నవ్వుకుంట అన్నడు రాజు.

రాజు కాలేజికి రెడీ అయి కూసున్నడు. చేతుల రెండు నోటు బుక్కులున్నయి. బక్కగా ఉంటాడేమో టైటు టీషర్టు, టైటు జీన్ ప్యాంటులో బెదురు బొమ్మలెక్క ఉన్నడు.

ఇంటి ముందు ఆటో హారన్ వినిపించింది. రాజు "వస్తున్నా" అంటూ పరుగు తీసిండు.

"అగో... వీడు సైకిల్ మీద పోయేటోడు. రోజూ ఆటోలో పోతండు. రాను ఏడు, పోను ఏడు. పద్నాలుగు రూపాయలు ఎవలిస్తండ్రు" అన్నడు నారాయణ.

"ఆ... వానికి పద్నాలుగు ఇత్తన్న. ఆ సాకలోళ్ల పోరడు వీడు దోస్తు. వాడు బ్యాంకుల లోను తెచ్చి ఆటో కొన్నడట. కాలేజీకి పోయే ఆడిపిల్లలకు గుత్త మాట్లాడుకున్నడట. సోపతికి వీన్ని రమ్మంటండు" చెప్పింది గంగవ్వ.

"ఈ అయ్యవ్వలకు బుద్ధిలేదు. పోరగాండ్లకు బుద్ధిలేదు" సాయిలు అన్నడు.

అంతకుముందే తలా ఇంత తిన్నరు. టీవీ ముందు చేరి పొద్దటి సినిమా చూస్తుండ్రు. భక్తి సినిమా అని సాయిలు గూడా కూసున్నడు.

"ఎందుకు...? ఆడిపిల్లలను సదువుకు తోలద్దా ఏంది...?" గంగవ్వ అడిగింది.

"ఎందుకా... ఒక రెండు మూడు నెలలు ఆగనీ. ఏం జరుగుతదో తెలుస్తది" అన్నడు, పూర్తిగా వివరాలు చెప్పకుండా సాయిలు.

అప్పుడే మల్లయ్య వచ్చుడుతో మాటలు ఆగిపోయినయి. మల్లయ్య వచ్చి కుర్చీలో కూసున్నడు. నారాయణ కొద్దిగా పక్కకు జరిగిండు. పద్మ బీడీల చాటను జరుపుకుని కూసుంది. సాయిలు బయటకు నడుస్తూ పొలం విషయానికే వచ్చిండనుకున్నడు.

సాయిలు ఒక్కడే గాదు, అందరూ అదే అనుకున్నరు. 'కాలేజీవాడు ఏదన్నా కమీషన్ ఇస్తనన్నడా ఏంది' అన్న అనుమానం కూడా వచ్చింది నారాయణకు.

"ఏం తమ్మీ... ఎటు పోతున్నవు...?" గంగవ్వ అడిగింది.

"ఏం లేదు. ఇటే వచ్చిన. పద్మతోని కొద్దిగ మాట్లాడేది ఉండె" అన్నడు మల్లయ్య.

మల్లయ్య కోడలు శోభ పద్మ ఈడుదే. కొత్తగా స్వశక్తి గ్రూపు పెట్టింది. గ్రూపు లీడరయింది. సదువు రాదు. సంతకం నేర్చింది. గ్రూపుకు రివాల్వింగ్ ఫండ్ పదివెయిలు రాలేదు. దానికోసం బ్యాంకుకు తిరుగుతోంది. అదే విషయం అనుకుంది పద్మ. కిరాణం దుకాణానికి లోను తీసుకున్న నుంచి అందరు ఆమె దగ్గరికే వస్తంద్రు.

"చెప్పు బాపూ... ఏం పని" పద్మ అడిగింది.

"ఇంతకు ముందు బడిపిల్లలకు బియ్యం ఇస్తురు. ఇప్పుడు గవర్నమెంటు అన్నం పెట్టుమంటది. పెద్దసారు చెప్పిండు. స్వశక్తి గ్రూపులతో వండించు మంటండు. మీ గ్రూపు పెద్దది గదా. వండుతరా..." అడిగిండు.

పద్మ, నారాయణ ఆలోచిస్తుంద్రు. గంగవ్వ మాత్రం వెంటనే "ఏమిస్తరు తమ్మీ... జీతమిస్తరా" అన్నది.

"జీతమియ్యరు. ఒక్క పిల్లగాడికి చారాన లెక్కన ఇస్తరు. పి.ఎస్‌ల మూడు వందల మంది ఉన్నరు. వండినందుకు అన్నం మిగులుతది" మల్లయ్య అన్నడు.

ఈ వండేదేదో వాళ్ల కోడలు గ్రూపు వండవచ్చు గదా అనుకున్న పద్మకు ఇప్పుడు విషయం అర్థమయింది.

"ఆ... పావులా కొరకు పొద్దంత పని చేసుడు. వెయ్యి బీడీలు చేసుకునేది. పావులాకు చేస్తే ఏమస్తది?" అన్నది గంగవ్వ.

పద్మ మాట్లాడలేదు. బీడీలు చేస్తూ ఇద్దరి మాటలు వింటోంది.

"ఈ ఊర్లె ఎన్ని గ్రూపులున్నయి బిడ్డా?" పద్మను అడిగిండు మల్లయ్య.

" మస్తుగున్నయి. లెక్కల దగ్గర కొట్లాడుకుంటండ్రు.ఇచ్చుక పోతండ్రు మల్లా కూడుతండ్రు" అన్నది పద్మ.

"అవును మొన్న ఎంపీడీఓ గూడా అన్నడు.అందరికి లెక్కలు రావట. బయటవాళ్లు ఎవలు చేస్తరు. ఒక గ్రామ దీపికను పెడతరట. ఊర్లె చదుకున్నోళ్లు లేకపోయిరి " అంటూ పద్మ దిక్కు చూసిండు.

"పద్మా... నువ్వు మా శోభ వుండుండ్రి. గ్రూపు లెక్కలు చేయిండ్రి. గ్రూపుకు యాభై మాట్లాడుదాం" అన్నడు మల్లయ్య. దానికి లెక్కరాదు బొక్కరాదు. నడుమల శోభ ఎందుకో అనుకున్నా గంగవ్వ ఒప్పుకుంది. పద్మనే ఒప్పుకోలేదు.

"ఇల్లిల్లు ఎవలు తిరుగుతరు? ముప్పయి గ్రూపులున్నయి. రోజూ చేసుడే గదా" అన్నది.

మల్లయ్య సర్ది చెప్తూ "ఎటూ పోవుడు లేదు. అందరినీ మా యింటికే రమ్మంట. రాత్రిపూట రోజుకొక్క గంటసేపు కష్టపడితే చాలు. గ్రూపుకు యాభయి ఖాయం. నెలకు పదిహేను వందలు వస్తయి. శోభ సోపతుంటది. చెరి సగం పంచుకోండి. ఏదున్నా నేను చూసుకుంట" అన్నడు.

గంగవ్వ ఒప్పించింది. పద్మ ఒప్పుకుంది. నారాయణ తలూపిండు. సాయిలు బయట నుంచి మాటలన్నీ వింటూ నవ్వుకున్నడు. కోడలు ఆదాయాన్ని లెక్క గట్టుకుని 'పైసలు ఎక్కువైతే ఇది మా మాట వింటదా? ఆడిమనిషి, రాత్రిపూట ఏం తిరుగుడు' అనుకున్నడు.

మల్లయ్య మనుమడు వచ్చి 'సార్ రమ్మంటండని' చెప్పిండు. మల్లయ్య బడికి పోయిండు. పక్కింటాయన వచ్చి సహదేవరెడ్డి నుంచి నారాయణకు ఫోన్ వచ్చిందని చెప్పిండు. నారాయణ ఫోన్ దగ్గరికి పరుగందుకున్నడు.

బడికి చేరుకున్న మల్లయ్యను చూస్తూనే "ఏమయింది? ఎవలన్నా ఒప్పుకున్నరా" అడిగిండు పెద్దసారు.

"ఇయ్యాల్ల ఖాయం జేత్త. ఎస్సీలల్ల ఒక గ్రూపు వచ్చేట్టున్నది" మల్లయ్య జవాబు.

"ఇండ్ల ఏదో వస్తదనుకుంటరు. జుట్టుకు పావులా! ముందే చెప్పు"

"అంతే అంతే. తరువాత మనను బదునాం జేస్తరు" మల్లయ్య అన్నడు.

డిపెప్ ఫండ్ చెక్కు ఒకటి ఉంది. కోడలితో సంతకం పెట్టించి పంపుమను అని చేతికిచ్చిండు పెద్దసారు. చెక్కును తిర్రేసి మర్రేసి చూసిండు మల్లయ్య. దానిమీద అక్షరాలు చూసిండు. పెద్దసారు సంతకం ముద్రను, పక్కనే ఇంటూ గుర్తును చూసిండు. పెన్ను అందుకుని చిన్నగా నవ్విండు.

"ఇంటికిపోతే నేనెటో, చెక్కు ఎటో... యాదికుండది. నేనే పెడుత" అన్నడు. చెక్కు మీద ఇంగ్లిషులో శోభ పేరును రాసి సారు చేతికిచ్చిండు. అచ్చం శోభ రాసినట్టే ఉంది. సారు నోరు తెరిచిండు.

"సంతకం మంచిగ పెట్టిండు" అన్నడు అసిస్టెంటు ఎక్కిరిత్తున్నట్టు.

మల్లయ్య, పెద్దసారు నవ్విండ్రు.

"మల్లన్న అంటే ఏందనుకున్నరు" అని అటెండర్ నవ్విండు.

పిల్లగాడు తెచ్చిన చాయ తాగి మల్లయ్య లేస్తుంటే పెద్దసారు మరోసారి గుర్తు చేసిండు.

"ఇప్పుడు అక్కడికే పోతున్న" అన్నడు మల్లయ్య.

సక్కగ ఎస్సీ కాలనీకి పోయి ఎంపీటీసి ఎల్లయ్యను కలిసిండు. అక్కడనే సర్పంచ్ వెంకటాద్రి ఉన్నడు. కమిటీహాల్ గురించి మాట్లాడుకుంటుండ్రు.

మల్లయ్య చెప్పింది విని పెదవి విరిచిండు ఎల్లయ్య.

"మనిషికి పావులా పైసలు మామా... ఐదారు మందయినా పని చెయ్యాలె. ఏం గిట్టుబాటుంటది. మా గ్రూపువాళ్లు మాత్రం రారు" అన్నడు ఎల్లయ్య.

"ఎట్ల మరి...?" మల్లయ్య అన్నడు.

"ఇది మాలోల్ల గ్రూపుకిద్దాం. వాళ్లయితే చేస్తరు" ఎల్లయ్య అన్నడు.

వెంకటాద్రి నవ్విండు. "లాభమస్తే నువ్వు తీసుకో... రానిది వాళ్లకు అంటగట్టు. నీ...పీసునె గొడుదు" అన్నడు.

"వాళ్లకు నువ్వే చెప్పు" అన్నడు మల్లయ్య బతిమిలాడుతున్నట్టు.

"అబ్బో... వాళ్లకు మాకు అగ్గిపగ. కమ్యూనిటీ హాలు కొట్లాట చూస్తలెవ్వా... నేను చెప్పితే అసలుకే మోసం. వెంకటాద్రి చెప్పుతడు" ఎల్లయ్య

అన్నడు.

"చెప్పుతే చెప్పుతగనీ... ఏం లేదా...? వట్టిగనే కూసుండుడా" వెంకటాద్రి అన్నడు నవ్వుకుంట.

మల్లయ్య జేబుల చెయ్యివెట్టిండు. యాభై కాయిదం దొరికింది. ఎల్లయ్య ఒక పోరన్ని పిలిచిండు. మల్లయ్య పైసలిచ్చిండు. ముగ్గురూ ఎల్లయ్య ఇంట్ల కూసున్నరు.

పది సీసల కల్లు వచ్చింది. భవానీ కారపొట్లం వచ్చింది. ఎల్లయ్య భార్య సరోజన వెంకటాద్రిని, మల్లయ్యను చూసి నవ్వింది. చేతుల బీడీల చాట ఉంది. దాన్ని పక్కన పెట్టి గ్లాసులు కడిగిచ్చింది. కారపొట్లం ఇప్పి గిన్నెలల్ల పోసి, ఉల్లి గడ్డలు కోసిచ్చింది.

ముగ్గురూ సీసలు ముందట పెట్టుకున్నరు. కార బుక్కుకుంట కల్లు తాగింద్రు.

"ఏం లేదా అని నోరు ఇడిసి అడిగితే మల్లన్న తెల్లకల్లు తెప్పిచ్చె" వెంకటాద్రి అన్నడు.

"మందు తెప్పిస్తడనుకున్న" ఎల్లయ్య.

"వచ్చినయి వచ్చినట్టు మీరు దోచుకుతినుండ్రి. నేను మందు తాగిత్త, కల్లు తాగిత్త" మల్లయ్య దెప్పుతున్నట్టుగా అన్నడు.

"ఎక్కడియే... వచ్చుడు. చెట్లకు గాత్తన్నయా... అటీటు అనేవరకు ఎలక్షన్లు రానే వట్టె" ఎల్లయ్య అన్నడు.

"వచ్చినయి సాలయా తియ్యి. వెంకటాద్రి గానికైతే డైరెక్టు చెక్కులే. ఏమచ్చింది తెలువది, ఏం చేసింది తెలువది. రోజ్‌గార్ ఫండ్స్ సర్పంచ్ పేరుమీద ఇంటికే వస్తయి" మల్లయ్య అన్నడు.

వెంకటాద్రి నవ్విండు. నవ్వుతూ "సర్పంచ్ కాకముందు రెండెకురాల భూమి వుండె. అయినంక ఎకురం అమ్మిన. ఇంకో ఎకురం రేపోమాపో అమ్ముత. సంపాయించినానా? కూడవెట్టిన్నా? నువ్వే చెప్పు" అన్నడు.

"ఏ పనీ నువ్వే జేత్తవు. ఎవరికీ కాంట్రాక్టు ఇయ్యవు. ఇరువై నాలుగ్గంటలు బండి మీద తిరుగుతవు. ఎవడు నమ్ముతడురా నీ మాటలు" మల్లయ్య అన్నడు.

కల్లు తాగుకుంట ఎల్లయ్య 'అవునవును' అంటూ వత్తాసు పలికిండు.

మనిషికి మూడు సీసలు బోర్లేసింగ్రు. ఒక్కటి మిగిలింది.

పోశాలును యాదిజేసిండు మల్లయ్య. పిలిస్తే వచ్చునేమో అన్నడు.

"రాడు రాడు. వానికి మాకు అగ్గి పగ" అన్నడు మల్లయ్య.

"మనం పోదాం" అన్నడు వెంకటాద్రి.

ఇద్దరూ లేచి బయటకు వచ్చింగ్రు. ఎల్లయ్య మలుసుకుని పన్నడు.

"మామా... బాల్‌రాజు కనవడుత లేడు" వెంకటాద్రి అడిగిండు.

బాల్‌రాజు మల్లయ్య కొడుకు. సర్పంచ్ దోస్తు. గతంలో ఎప్పుడూ కలిసి వుండేవారు.

"నువ్వు జాడిచ్చి తంతివి. ఏం కనవడుమంటవు" మల్లయ్య అన్నడు.

ఇద్దరూ మత్తులోనే ఉన్నరు. కొద్దిగా సొలిగినట్టుగా నడుస్తున్నరు. అయినా తాగినట్టుగా కాకుండా గంభీరంగా నడుస్తున్నరు. వాళ్లిద్దరినీ చూసినవాళ్లు విచిత్రపడుతుంగ్రు, నవ్వుతుంగ్రు, అసూయగా చూస్తంగ్రు.

'వీళ్లు ఎప్పుడు కలిసి ఉంటరో ఎప్పుడు తిట్టుకుంటరో దేవునికే తెలుసు' అనుకుంటుంగ్రు.

మల్లయ్య ఆ మాట ఎందుకు అన్నడో వెంకటాద్రికి అర్థమయింది. ఊర్లెకు మూడు వందల లాట్రీన్ రూంలు సాంక్షన్ అయినయి. వాటిని పెద్దలంతా పంచుకున్నరు. తమ వాళ్లకు ఇచ్చుకున్నరు. వాళ్లలో సగం మంది కంటే ఎక్కువ లాట్రిన్ రూంలు ఉన్నవాళ్లే.

పాత రూములకే సున్నాలు ఏసింగ్రు. కొత్తగా జేసింగ్రు. ఫోటోలు తీసింగ్రు. రెండు వెయిల చెక్కు తెచ్చుకున్నరు. కింటలు బియ్యం తెచ్చుకున్నరు.

మల్లయ్యకు గూడా సాంక్షనయింది. ఇదివరకే రూము ఉంది. సున్నమేసిండు. కొత్తగ జేసిండు. చెక్కు మాత్రం రాలేదు. బియ్యం రాలేదు. సర్పంచ్ అడ్డుపడ్డడని తెలిసి ఆయన్ని అడిగిండు మల్లయ్య.

"ఇంకోసారి సూద్దాం" అన్నడు సర్పంచ్.

ఇద్దరూ పోశాలు ఇంటికి చేరుకున్నరు. పోశాలు ఇంట్ల లేడు. ఈ రోజు పేషీ ఉంది. కోర్టుకు పోయిండని చెప్పిందతడి భార్య. విషయమేమిటని

అడిగింది.

"వచ్చినంక రమ్మని చెప్పు" అన్నడు మల్లయ్య.

"చెప్పుత" బెదురుగా అందామె.

"ఎప్పుడస్తడు" వెంకటాద్రి అడిగిండు.

"హాజిరిచ్చి వచ్చుడే. పగటియాల్ల దాటినంక వస్తడు" చెప్పింది.

ఇద్దరూ ఇండ్లల్లకు చేరుకుని పగటినిద్ర తీసింద్రు.

పొద్దుగూకే జాముల నిద్ర లేచిండు మల్లయ్య. సర్పంచ్‌తో సోపతి చెయ్యిమని కొడుకు బాల్‌రాజుకు, పద్మతోని సోపతి చెయ్యిమని కోడలు శోభకు చెప్పిండు. ఏళ్లమీద, గోళ్లమీద, ఎట్లనో బతుకనేర్వాలె. ఎట్ల సంపాయించినమని గాదు, ఎంత సంపాయించింది ముఖ్యమన్నడు.

కొడుకు, కోడలు తలుకాయ ఊపింద్రు.

మాలలకు ఏ పని పడినా పోశాలు ముందుంటడు. ఏ పంచాది పడినా తనే చెప్పుతడు. చదువుమంతుడు. టీచర్ కావాలని కండక్టర్ జాబు ఇడిసి పెట్టిండు. ఇప్పుడు అదీ లేదు, ఇదీ లేదు. ఎస్సీలకు ట్రైనింగ్ లేకున్నా ఇంటర్ పాస్ కాగానే టీచర్ నౌకరి ఇచ్చింద్రు. పోశాలు మొదట ఇంటర్ రెండు, మూడు మార్కులల్లో పోయిండు. ఇంటర్ ఎల్లేనాటికి ఆ జీవో పోయింది. మనిషి మంచోడు. ఇరుకడు, కొరుకడు.

మాదిగల పెద్దమనిషి ఎల్లయ్య. తిండికాడ ముందుంటడు. లడాయికి వెనుకుంటడు. పుల్ల పెట్టింది తెలువది, పుల్ల గీకింది తెలువది, మంట మాత్రం కనిపిస్తది. మనిషి మంచోడే. చదువుకున్నోడు.

ఎస్సీలు ఏబీసీడీ కాక ముందు ఇద్దరు దోస్తులు. దాదాపు ఒక్కటే ఈడు. ఒక్క జాగల తినేటోళ్లు. ఒక్కటే జాగల పండేటోళ్లు. అన్నదమ్ముల లెక్క కలిసి వుండేటోళ్లు. ఉద్యమాలు చేసోటోళ్లు.

ఇద్దరు కలిసి అంబేద్కర్ యువజన సంఘం పెట్టి నెలనెలా మీటింగులు పెట్టింద్రు. సంఘానికి ప్రెసిడెంటు సెకరెట్రీలయింద్రు. ఆదర్శాలు చెప్పింద్రు. సంఘంలో చిట్టీ పెట్టింద్రు. బాబాసాహెబ్ మాటలను ప్రచారం చేసి దళితులందరినీ ఏకం చేసింద్రు, క్లబ్బు చేసింద్రు. క్లబ్బు ముందు జనవరికి,

ఆగస్టుకు జండాను ఎగురవేసి పాటలు పాడింద్రు. కళా బృందం పెట్టింద్రు. జనంలో కదలిక తెచ్చింద్రు.

ఎక్కడైనా ఊరిలో ఎదిగి వచ్చిన నాయకునికి ముందుగా గుర్తుకచ్చేది బడి. ఇద్దరూ బడిమీద పడ్డరు. సార్లను అడిగింద్రు. లెక్కలు అడిగింద్రు. సదువు సక్కగ చెప్పాలన్నరు. సార్లను బడిని ఒక కంట కనిపెడుతమన్నరు.

సార్లకు అలవాటే. జండా వందనానికి వచ్చిన పెద్దలు మళ్లా జండావందనం నాటికే వత్తరు. ఆగస్టులో కనవడితే జనవరిలోనే కనవడుతరు. అందుకే తలూపింద్రు. భయపడినట్టు నటించింద్రు. మీ సహకారం కావాలన్నరు.

నియోజకవర్గం ఎస్సీ రిజర్వుడు. ఎమ్మెల్యే ఎస్సీ. ఇద్దరూ ఎమ్మెల్యే దగ్గర పరపతి సంపాదించుకున్నరు. రెండుసార్లు ఊరికి తీసుకచ్చి మీటింగ్ పెట్టి సన్మానం చేసింద్రు.

అప్పుడు సింగిల్ విండో ఎలక్షన్లు. వీళ్లిద్దరు చెప్పిన వ్యక్తే డైరెక్టర్.

వార్డు మెంబర్ ఖాళీ అయింది. వీళ్ల మద్దతు వ్యక్తే గెలిచిండు.

రేషన్ బియ్యం అమ్ముకుంటున్నరని డీలర్‌ని సస్పెండ్ చేయిచింద్రు.

వృద్ధాప్య పింఛన్లు అమలు చేయడం లేదని ఎండీఓను ఘెరావ్ చేసింద్రు.

దళితులకు అన్యాయం జరుగుతుందని జన్మభూమిని బహిష్కరించారు.

అంతవరకు ఎవలకూ తెలువది. అప్పుడు వాళ్ల పేర్లు అందరి నోట్లో నానినాయి.

ఎండీఓ ఊర్లెకు వస్తే వీళ్లను కలువాల్సిందే. ఎమ్మార్వో ఆఫీసుకు పోతే పని కావాల్సిందే. పోలీస్‌స్టేషన్ పోతే ఎస్సై మాట్లాడాల్సిందే. విలేకర్లు స్టేట్‌మెంట్ల కొరకు ఇంటికి రావాల్సిందే. బడి గురించి, గుడి గురించి, ఊరి గురించి ఎక్కడ చర్చ వచ్చినా ఇద్దరూ ఉండాల్సిందే, మాట్లాడాల్సిందే.

ఇద్దరికీ నాయకత్వపు లక్షణాలున్నయి. నాయకత్వం మీద మోజున్నది. మాట తెలుసు. మాట్లాడే తీరు తెలుసు.జనం గురించి ఆలోచన జేస్తరు.

ఎమ్మెల్యే ఒక కమిటీ హాల్ మంజూరు చేసిండు.

మాలవాడలో కడుదామని పోశాలు, మాదిగవాడలో కడుదామని

ఎల్లయ్య.

సభ్యులందరు కూసున్నరు. మాలవాళ్లు నలుపై మంది ఉన్నరు. మాదిగవాళ్లు ముప్పయి మంది ఉన్నరు. ఇక్కడ అని కొందరు, అక్కడ అని కొందరు. అక్కడ గాదు ఇక్కడ గాదు ఊరిలో కడుదామన్నరు. ఒక ఖాళీ జాగలో ముగ్గు పోసిండ్రు.

ముగ్గుపోసిన జాగ దేవేందర్‌రెడ్డిది. ట్రాక్టర్‌తో దున్నే ఎవుసం. బోరు ఎండిపోయినంక కొన్ని రోజులు పత్తి పెట్టిండు. చెరుకు పెట్టిండు. అది కూడా పండలేదు. ఇప్పుడు ట్రాక్టర్‌కు టాంకర్‌ను కట్టి ఊర్లెకు నీళ్లను సరఫరా చేస్తుండు.

"నా జాగల ముగ్గు ఎట్ల పోసిండ్రు" దేవేందర్‌రెడ్డి అన్నడు.

"ఎకురాలు గుంజుకున్నమా...? ఎవుసం జేత్తన్నమా. ఈడ్సి కొడితే గుంటెడు భూమి ఏమయితుంది?" పోశాలు అన్నడు.

"నువ్వు ఊర్లెకు ఎన్ని ట్యాంకర్లు కొడుతున్నవో, ఎన్ని రాస్తున్నవో చూస్తున్నం. ఒకనాడు ఎంపీడీఓ దగ్గర కూసుంటం" ఎల్లయ్య అన్నడు.

దేవేందర్‌రెడ్డి నోరు తెరువలేదు. మళ్లా జాగ గురించి అడుగలేదు. భయపడ్డడు.

కమిటీ హాల్ లేస్తోంది. మొదటి దఫా ఫండు లక్ష రూపాయలచ్చినయి. వీళ్లు ఇంటికి వంద రూపాయలేసుకున్నరు. కొత్తగా సభ్యత్వం చేసుకున్నరు. శ్రమదానం చేసిండ్రు. హాలు సగం వరకు లేచింది. పైసలు అయిపోయినయి. కొంత అప్పు ఉన్నది. అప్పు ఇద్దరు పెద్దమనుషుల పేరు మీదున్నది.

అప్పుడే మాదిగ పోరాటసమితి ఏర్పడ్డది. నాయకులు ఊరూరా తిరిగిండ్రు. డిగ్రీ చదివే ఇద్దరు ముగ్గురు పిల్లలు నాయకులను అప్పుడే ఊర్లెకు తెచ్చిండ్రు. మాట్లాడిచ్చిండ్రు. ఉద్యమం కొనసాగుతున్నది. మీటింగులు, ధర్నాలు, రాస్తారోకోలు జరుగుతున్నాయి. మాలమాదిగల మధ్య చిచ్చు మొదలయ్యింది.

మాలల హక్కుల రక్షణ అన్నరు. మాల మహానాడు ఏర్పడ్డది. చదువుకునే పిల్లలు కొందరు అందులో చేరిపోయిండ్రు.

"నిజమే. మాదిగలకు అన్యాయం జరిగిపోయింది. ఎట్టిపనులు జేస్తూ మనం ఇక్కడనే ఉన్నం. మాలలు చదువుకొని ఉద్యోగాలు చేస్తండ్రు" పోశాలు

అన్నడు.

"మనం మనం తన్నుకునుడేంది..? రిజర్వేషన్ శాతం పెంచాలని అగ్రకులాలతో పోరు జేద్దాం" ఎల్లయ్య అన్నడు.

ఆ నాయకులు వచ్చిన్నాడు ఈ కులం రాలేదు. ఈ నాయకులు వచ్చిననాడు ఆ కులం రాలేదు. మొదటిసారిగా ఎల్లయ్య, పోశాలు విడిపోయారు.

మాటకారితనం ఉన్నవాళ్లు. చొచ్చుకొని పోయేవాళ్లు. నాయకత్వం మీద మోజు ఉన్నవాళ్లు ఆ ఉద్యమం పట్ల ఆకర్షితులై జిల్లాస్థాయి నాయకులైనారు. పోటీపడ్డారు. ఎడమొఖం పెడమొఖం అయినారు. అంబేద్కర్ యువజన సంఘం రెండుగా చీలిపోయింది. రెండు మూడు నెలలు రగులుకుంది.

రిజర్వేషన్ పోరాటాలు ఎట్లెట్ల ఊపందుకున్నయో అట్లట్ల ఇక్కడ వేడి పెరిగింది. తిట్టుకున్నరు, నిందించుకున్నరు. దెప్పుకున్నరు. ఎడమొఖం, పెడమొఖమయింఁడ్రు. పోరాటం ఏమోకానీ ఇద్దరు అగ్గిపగ అయింఁడ్రు.

కమిటీ హాలు దగ్గర పంచాది. మాది అని మాలలు, మాది అని మాదిగలు. ఇద్దరు కలిసి ఇచ్చిన ఎమ్మెల్యే దగ్గరికి పోయింఁడ్రు. ఎమ్మెల్యే ఎటూ చెప్పలేక 'ఇద్దరిది' అన్నడు. అట్లెట్లయితదంటూ ఊర్లె కచ్చింఁడ్రు. పంచాదయింది.

ఊరు వేడుక జూత్తంది. పెద్దమనుసులు నవ్వుతుంఁడ్రు. పుల్లలు పెడుతుంఁడ్రు. బత్తులు కాలుస్తంఁడ్రు. వాళ్లు ఏకమైన నాడు వీళ్లు ఆగమైంఁడ్రు. ఇయ్యాల్ల వాళ్లను ఆగంజేత్తూ, ఆటాడిత్తంఁడ్రు.

వాళ్లు పంజులను కోరుకున్నరు. పంచాది పెట్టుకున్నరు. వాళ్లు ఒకలకు పంచాది చెప్పేవాళ్లే కాని చెప్పిచ్చుకోలేదు. ఒకలకు నీతి బోధించిన వాళ్లే కాని భోదించుకోలేదు.కాని ఇప్పుడు ఊరి పంజులు పంచాది చెబుతంఁడ్రు. నీతి బోధిస్తున్నరు.వాళ్లు వింటుంఁడ్రు.

సంఘంలో మాలల సంఖ్య ఎక్కువుంది. అందుకని సంఘం వాళ్లకు ఇయ్యాలె. ఖర్చంతా లెక్కగట్టి వాళ్లు వీళ్లకు పైసలియ్యాలె. ఇది తీర్పు. పైసల దగ్గర కిరికిరి వచ్చింది. మా దగ్గర లెవ్వు. మేము ఇయ్యం అన్నడు పోశాలు. వాళ్లు మాకు పని చేసింఁడ్రు. వాళ్లు హాలు గట్టుకుంటే వాళ్లకు పని జేస్తం అన్నరు పిల్లలు.

“వాళ్లు చేతుల నుంచి ఇంటికి నూరు రూపాయలిచ్చింద్రు. అవి మాత్రం ఇస్తం” పెద్దతరం మనుసులన్నరు. ఎల్లయ్య లేచి తన మనుసుల్ని లేపిండు. ఇంటికి వచ్చి జీపు కట్టుకుని ఎమ్మెల్యేను కలుసుకున్నడు. జిద్దు మీద మరో హాలు తెచ్చుకున్నరు. తమ ఇండ్ల మధ్యనే కట్టుకున్నరు.

ఇచ్చిన మాట ప్రకారం పని చేస్తమన్నరు మాలలు. మీ పని వద్దు, పాట వద్దన్నరు మాదిగలు. అయితే వంద గూడా ఇయ్యమన్నరు మాలలు. వందకు వంద తీస్తమని వీళ్లు. ఎట్ల తీస్తరో చూస్తమని వాళ్లు. ఇంతలోకి వాళ్లకు మరింత ఫండు వచ్చింది. నిర్మాణం పూర్తవుతోంది.

ఎల్లయ్య దేవేందర్‌రెడ్డిని ఎగేసిండు. “జాగ నీది. ఖరీదు కట్టియ్యమను. ఏం లేదన్నా ఇరువై ముప్పయి వెయిలు. నీ వెనుక మేముంటం” అన్నడు. రెడ్డి గట్టిగా నిలవడి పోశాలును అడిగితే అతడు ఇయ్యనన్నడు. దేవేందర్‌రెడ్డి సభ్యులందరి మీద కేసు పెట్టిండు. నిర్మాణం ఆగిపోయింది. అందరి కేసులు తనమీద రాసుకున్నడు పోశాలు. కోర్టుకు పేచీ తిరుగుతున్నడు ఇప్పుడు. అది కోర్టు కత.

ఇద్దరూ ఏకమైననాడు గడగడ వణికిన ఊరిపెద్దలు ఊపిరి తీసుకున్నారు. అధికారులు నవ్వుకున్నారు.

ఈ రోజు పోశాలు పేషీకి పోయిండు. ఎండ వంగినంక ఇంటికి వచ్చిండు. వస్తవస్తనే భార్య వెంకటాద్రి, మల్లయ్య అచ్చిన సంగతి చెప్పింది. మొఖం మీద నీళ్లు చల్లుకుని గిలాసెడు నీళ్లు తాగి మల్లయ్య ఇంటికి పోయిండు.

“ఏం లేదురా పోశాలు... మన బడికి బియ్యం వస్తయి గదా. మొన్నటిదాకా బియ్యం ఇస్తుంద్రి. ఇప్పుడు వండిపెట్టమంటున్నరు. నేనే చైర్మెన్ గదా. ఆ పని నాకు అప్పజెప్పింద్రు. స్వశక్తి గ్రూపులు వండాలెనట...” అంటూ వివరాలన్నీ చెప్పిండు మల్లయ్య.

పోశాలు తలూపి ఇంకొన్ని వివరాలన్నీ అడిగిండు. మల్లయ్య తెలివిగా “నేను నీకు చెప్పేటోన్నా? నీ కంటే నాకు ఎక్కువేం తెలుసు. ఈ పని మీ గ్రూపయితేనే మంచిగ చేస్తది. ఎంట నువ్వు ఉండాలి” అన్నడు. ఎక్కిచ్చిండు, దించిండు. చూస్తే పావులనే కానీ నాలుగు పావులాలు కలిపితే రూపాయి అన్నడు. ఉబ్బిచ్చిండు, తబ్బిచ్చిండు. గిలాసెడు నీళ్లు ఇచ్చి సల్లగ జేసిండు.

తెల్లారి పోశాలు భార్య లీడరుగా ఉన్న స్వశక్తి గ్రూపు బడి వద్దకు వచ్చి పెద్దసారును కలిసింది. ఆయన నియమాలు చెప్పిండు. అందరూ ఒప్పుకున్నరు. గ్రూపుల ఉన్న పదిహేను మందిని, ఐదేసి చొప్పున మూడు గ్రూపులు చేసిండు.

మొదటి గ్రూపు సోమ, మంగళవారం; రెండో గ్రూపు బుధ, గురువారం; మూడో గ్రూపు శుక్ర, శనివారం వండాలని చెప్పిండు. కావలసిన పాత్రలను కిరాయికి తెచ్చింద్రు. సామాన్ల కొరకు కిరాణం దుకాణంలో ఖాతా పెట్టింద్రు.

తెల్లవారి పూలమ్మ గ్రూపు అన్నం వండింది. చారు దించింది. అన్నం మల్లె పూల లెక్క ఉంది. చారు ఘుమఘుమ వాసన వస్తుంది. అది ఇటు ఇది అటు అంటూ పెద్దసారు పెత్తనం చెలాయిస్తండు. గ్రూపువాళ్లు భయపడుతంద్రు. పోశాలు సలహాలిత్తండు. చిన్నసారు నవ్వుతండు.

చైర్మెన్ మల్లయ్య కూడా వచ్చి అన్నం ముట్టి చూసిండు. చారు రుచి చూసిండు. గ్రూపుకు ఏవో జాగ్రత్తలు చెప్పిండు.

పగటియాల్ల చుట్టీ అయింది. తినే పళ్లాలు తెచ్చుకోమని సారు పిల్లలకు చెప్పిండు. పిల్లలందరూ ఉషారుగా ఇంటికి పోయింద్రు. రావడం మాత్రం సగం మందే వచ్చింద్రు. చేతుల్లో పళ్లాలున్నయి. కొందరి పళ్లాలు సత్తుపళ్లాలు. వంకర్లు తిరిగినయి. కొందరివి స్టీలు పళ్లాలు. గీతలు వడ్డయి. కొందరు చిన్న బేసిన్ గిన్నెలు తెచ్చుకున్నారు.

సారు పిల్లలందరినీ లైనుగ నిలబెట్టిండు. ఆరు, ఏడు తరగతులు రావద్దని ముందే చెప్పిండు. ఒకరు అన్నం పెడుతుంద్రు. ఒకరు చారు పోస్తంద్రు. ఒకరు నీళ్లు పోస్తంద్రు. సారు లైనును, విద్యార్థులను చూస్తండు. ఆ రోజు రెండు వందల ముప్పయి మంది బడికి వచ్చింద్రు. లైనులో అంతమంది లేరు.

"ఎల్లారెడ్డి రాలేదేంట్రా"

"వాళ్లమ్మ వద్దన్నది సార్"

"కోమట్ల పిల్ల ఏదిరా"

"రానన్నది సార్"

సారు అడుగుతున్నాడు. పిల్లలు చెబుతున్నారు. పిల్లలందరికి అన్నం పెట్టింద్రు. సగం అన్నం మిగిలే ఉంది. అది చూసి గ్రూపు బాధ పడుతుంటే

సార్లు ఆలోచిస్తుంద్రు.

దేవేందర్‌రెడ్డి చిన్నకొడుకు నాలుగవ తరగతి చదువుతున్నడు. పల్లెం తెచ్చుకుని కూసుండి తింటున్నడు. గేటు బయట స్కూటర్ చప్పుడయింది. దేవేందర్‌రెడ్డి దిగిండు. లోపలికి వచ్చి పిల్లలందరినీ చూసిండు. కొడుకు దగ్గరికి పోయి జుట్టు వట్టి లావట్టి, చేతుల పల్లెం ఇసిరి కొట్టిండు. చెంపమీద కొట్టి, రెక్కపట్టి గుంజుకపోయి బండిమీద ఏసుకుని పోయిండు. పోతూ పోతూ పోశాలు వైపు, సార్ల వైపు కోపంగా చూసిపోయిండు.

మూడు రోజులు గడిచాయి. మార్పులేదు. అటెండెన్స్ బాగానే వుంటోంది. కానీ, తిండి దగ్గర సగానికి సగం తగ్గుతుంది. ఎవరూ మొఖం ముందు అనడం లేదుగానీ ఊరిలో మాత్రం 'గాళ్లు వండిన కూడును మేం తింటమా' అన్నమాట వినబడుతోంది.

రోజూ అన్నం మిగులుతోంది. మిగిలిన అన్నాన్ని బేసిన్ తట్టల్లో ఇండ్లకు తీసుకు పోతున్నారు సభ్యులు. తినేంత తింటున్నారు. పంచేంత పంచుతున్నారు. పాచిపోయిన అన్నం బర్లకు ఏస్తున్నారు.

తట్టలకు తట్టలు అన్నం ఇంటికి తీసుకపోవుడు ఎంపీటీసి ఎల్లయ్య చూస్తనే ఉన్నడు. మనసు కలత పడ్డది. తను అంటే బాగుండది. దేవేందర్‌రెడ్డిని ఎగదోసిండు.

ఒకనాడు రెడ్డి బజార్ల కూసున్నడు. అన్నం తట్టలను ఆపిండు. ఐదు తట్టలను కిందికి దించిండు. అందరినీ కూడగట్టిండు. 'మనం తిండికి లేక సత్తన్నం. వీళ్లు సూడు ఎంతెంత దోసుకపోతంద్రో" అన్నడు.

కల్లం దగ్గర కడివెడు వడ్లు పోయినా బాధ ఉండది. కంచం దగ్గర కశికెడు అన్నం పోతే బాధ ఉంటది. అన్నాన్ని, చారును అందరు చూసింద్రు. నానా మాటలన్నారు.

"తింటే పెట్టమా... తినకపోతే మేమేం చేసేది" అన్నరు సభ్యులు. వాళ్ల మాటలు ఎవలూ వినలేదు. తట్టలను గ్రామ పంచాయతీల పెట్టింద్రు. తట్టల చుట్టూ ఈగెలు ముసిరినయి. పంచాదులు కొట్లాటలు. సారు బాధ్యుడని కొందరు, చైర్మెన్ బాధ్యుడని కొందరు. గ్రూపువాళ్లే నాటకమాడుతున్నారని కొందరు. పోశాలు హస్తముందని కొందరు.

పోశాలుకు కోపమచ్చింది. మేము వండనే వండమన్నరు గ్రూపువాళ్లు. అందరూ అలిగి కూసున్నరు.

వండేటోళ్లు ముందుకు రాండ్రి అన్నడు చైర్మెన్ మల్లయ్య.

ఎవరూ ముందుకు రాలేదు.

ఆ రోజు బడిలో పొయ్యి వెలుగలేదు. మధ్యాహ్న భోజనం సరిగ్గా అమలుచెయ్యడం లేదని మరునాడు సారుకు మెమో వచ్చింది. పెద్దసారు మల్లయ్య ఎంటవడితే, మల్లయ్య పోశాలు ఎంట వడ్డడు.

"అరే పోశాలు... నీకు నేను చెప్పొచ్చేటోన్నిగాదు. నీకన్ని తెలుసు. ఒక్కటి మాత్రం గుర్తించు. ఈ అగ్రకులాలున్నయి సూడు వాళ్లలో ఇంకా కుల అహంకారం పోలేదురా. పైకి మాత్రం కలిసి ఉన్నట్టుగానే ఉంటారు. లోపల ఎంత కుళ్లు. మీ తిండి వద్దు అనుకున్నరు. అనుకున్నది సాధించిండ్రురా. ఏం జేద్దాం. మా కోడలు గ్రూపుతో వండిస్త" అన్నడు చిన్నగా నవ్వుకుంటూ.

పోశాలు తల గిర్రుమంది. మల్లయ్య పెదవుల మీద చిరునవ్వు చూస్తుంటే అతడిలో పట్టుదల పెరిగింది. "ఏది ఏమన్నా గాని మేమే వండుతం" అన్నాడు. గ్రూపు దిగింది. బియ్యం తక్కువ పెట్టిండ్రు. లెక్క ఎక్కువ రాసిండ్రు. ఊరి చేతులు ఊరి నెత్తిమీద పెట్టిండ్రు. యాడ కొట్టాలనో ఆడనే కొట్టిండ్రు.

ఆనాటి నుండి ఒక్క అన్నం మెతుకు మిగులలేదు. బియ్యం గింజలే మిగిలినయి. వారం గడిచింది. రెండు వారాలు గడిచినయి. వారవారం కోడి గుడ్డు పెడుతున్నారు. గుడ్డు నాడు మాత్రం కొద్దిగా ఎక్కువమంది వస్తున్నారు.

జనం కొద్దికొద్దిగా అలవాటవుతున్నారు. లోలోపల తినాలనే ఉంది. పైకి బింకంగా ఉన్నారు. ఆ బింకం ఎన్నో రోజులుండదని తేలిపోయింది.

దేవేందర్‌రెడ్డి మిగిలిన కొన్ని గ్రూపులను ఎగేస్తున్నాడు. వాళ్లు అప్పుడప్పుడూ స్కూలుకు వెళ్లి అన్నం ఉడుకలేదని, పప్పులో పప్పేలేదని బెదిరిస్తున్నారు. సారు సముదాయిస్తున్నడు. ఇది రెడ్డి చేస్తున్న కుట్రనే అని తెలిసింది. పోశాలు లోలోపల మండుతండు.

దేవేందర్‌రెడ్డిని బెదిరించకపోతే ఇంకా ఎక్కువ మందిని ఎగదోస్తడనుకున్నడు పోశాలు. గట్టిగా బుద్ధి చెప్పాలని అవకాశం కోసం ఎదురుచూస్తుండు.

రెడ్డి ట్రాక్టర్‌కు ట్యాంకర్ పెట్టింద్రు. నల్లా నీళ్లు అందని వాడలకు ట్యాంకర్‌తో నీళ్లు జేరవేసి ట్యాంకర్‌కు వంద, యాభై తీసుకుంటాడు. బోరు తన పొలంలోనిదే. ట్యాంకర్ తనే నడుపుతడు. నెలనెలా గ్రామ పంచాయతీ నుండి బిల్లు తీసుకుంటాడు.

ఆ రోజు ట్యాంకర్ వెంటనే ఉన్న పోశాలు అది ఎటు వెళ్తోంది, ఏ వాడకు నీళ్లు పోస్తోంది చూసిండు. ఎప్పుడు బయలుదేరింది రాసుకున్నాడు. ఎన్ని ట్రిప్పులు కొట్టింది లెక్కవేసుకున్నాడు. వచ్చి కారోబార్ దగ్గర కూసున్నాడు.

కారోబార్ బాల్‌రెడ్డిది అదే ఊరు. కారోబార్లను సెకరెట్రీలుగా గ్రామ పంచాయతీని సచివాలయంగా మార్చే ప్రక్రియ మొదలయింది. పదో తరగతి తప్పిన బాల్‌రెడ్డి పాస్ సర్టిఫికెట్ ఎట్లా సంపాదించాలనే ప్రయత్నంలో వున్నాడు. పోశాలును సలహాలడుగుతున్నడు. పోశాలు తోచింది చెబుతున్నాడు. తెలువకపోతే తెలువదంటున్నడు. చూపులు మాత్రం బజారు మీదున్నాయి. చెవులు ట్యాంకర్ చప్పుడును వింటున్నాయి. దేవేందర్‌రెడ్డి కోసం ఎదురుసూత్తండు.

ట్యాంకర్ గ్రామపంచాయతీ ముందు ఆగింది. దేవేందర్‌రెడ్డి దిగి లుంగి చేతుల పట్టుకుని పోశాలును చూసి వెన్ను విరిచిండు. ముఖం మీదికి గంభీరం తెచ్చుకుని కారోబార్ దగ్గరికి వచ్చిండు.

“బాలన్నా... ఈ రోజు పదమూడు. రాసుకో” అన్నాడు రుబాబుగా. కారోబార్ బాల్‌రెడ్డి డ్రా తెరిచి పెన్ను, నోటుబుక్కు తీసి పేజీలు తిరగేసిండు. దేవేందర్‌రెడ్డి వెనుకకు తిరిగిండు.

పోశాలు “ఆగు” అన్నాడు.

కారోబార్ ఉల్కిపడ్డడు. దేవేందర్‌రెడ్డి ఆగిండు. వెనక్కి తిరిగి ఇద్దరిని చూసిండు.

“ఈ రోజు కొట్టినయి పది ట్రిప్పులే. మూడు ఎక్కువ చెప్పిండు” పోశాలు అన్నడు. రెడ్డికి మాట రాలేదు. కారోబారు పెన్ను కదలలేదు. పోశాలు మాట్లాడుతనే ఉన్నడు.

“ఇయ్యాల్ల మూడు అబద్ధమాడిండు. అంటే నాలుగు వందల యాభై, అంటే నెలకు కనీసం పదమూడు, పద్నాలుగు వెయిలు. ఇట్ల వెయిలకు

వెయిలు దోచుకుంట ఎవని కొంప ముంచుతరు. ఎవని కొంపలు ఆర్పుతరు" రోషంగా అన్నడు పోశాలు.

మంచినీటి మీద ప్రభుత్వం ఎంత కేటాయిస్తోందో, ఊరికి ఎన్ని లక్షలు వచ్చినవో, ఎట్లా దుర్వినియోగం అయినవో చెప్పిండు పోశాలు. ఆ లెక్కలు కారోబార్‌కే సరిగ్గా తెలవయి. రెడ్డికి అసలే తెలువయి. ఇద్దరూ తేలుకుట్టిన దొంగలయింద్రు. జమకూడిన జనం కల్లుతాగిన కోతులయింద్రు. ఇంత మోసమా అన్నరు.

దేవేందర్‌రెడ్డి సమర్థించుకుంటూ లెక్క సరిగానే చెబుతున్నానన్నాడు. లెక్క సరిగ్గానే రాస్తున్నాననీ, రెడ్డిదేం తప్పులేదనీ అన్నాడు కారోబార్.

అయినా పోశాలు వాదన ముందు వీగిపోయింద్రు. పోశాలు లా పాయింట్లకు వీళ్ల దగ్గర సమాధానం లేదు. ఇద్దరికీ భయమేసింది. సర్పంచ్, ఎంపీటీసీలకు విషయం తెలిసింది. అప్పటికప్పుడు మాయమయింద్రు. ఇంట్ల లేరు, బయట లేరు. కారోబార్‌కు కాళ్లు వణికినయి. రెడ్డికి సల్లచెమటలు పుట్టినయి.

చెప్పేది చెప్పి, చేసేది చేసి పోశాలు మెల్లగా పక్కకు జరిగిండు. గ్రామపంచాయతీ నుండి బయటకు వచ్చి కూసున్నడు. ఏం జరుగుతదో సూత్తండు.

అక్కడ రెడ్డికి వ్యతిరేక వర్గం, అనుకూల వర్గం ఉన్నాయి. పంచాది రెండు వర్గాల మధ్య నిలిచింది. వ్యతిరేక వర్గానికి బలమైన సాక్ష్యముంది. అనుకూల వర్గానికి ఏ సాక్ష్యమూ లేదు. ఒర్రుకున్నారు. తిట్టుకున్నారు. సందుల సందని కారోబార్ మాయమయిండు. ఒక్క దేవేందర్‌రెడ్డి మిగిలిండు. రెడ్డి చుట్టు జనం మూగింద్రు.

దేవేందర్‌రెడ్డితో ప్రమాణం చేయించింద్రు. మట్టిని పట్టుకుని ఇమానం చేయించింద్రు. ఎక్కడోళ్లు అక్కడి నుంచి వెళ్లిపోయేసరికి పగటియాల్ల దాటింది. దేవేందర్ రెడ్డి మొఖం మాడిపోగా పోశాలు మొఖం వెలిగిపోయింది.

౨౨౨

" బిడ్డా... మనం కూడ కాపోల్లం. మట్టిని తవ్వుకుని బతికేటోళ్లం. కాలం ఎనకా ముందయి కరువు వచ్చింది. ఎప్పటికీ ఇదే కరువు ఉండదు.

ఉంటే ఎవలం బతకం. ఏదో ఈ నాలుగు రోజులు ఎట్లో ఎల్లదీసి కాలంలో పడితే వానలు పడతయి. ఎవుసం చేసుకుంటం. ఈ లెక్కలు, గ్రూపులు ఎందుకు చెప్పు. మనిషి కొక్కమాటంటరు. ఇక్కడ మీటింగంటరు. అక్కడ మీటింగంటరు. వాళ్లు వస్తంద్రంటరు. వీళ్లు వస్తంద్రంటరు" కోడలితో అన్నాడు సాయిలు.

అతడికి భయంగా ఉంది. కోడలు గ్రామదీపికై లెక్కలు చేస్తోంది. ఎంట శోభ వుంది. మల్లయ్య కుటుంబమంటేనే సాయిలుకు అసహ్యం. వాళ్లు మోసం చేసేవారని అతడి నమ్మకం. దానికితోడు శోభ ప్రవర్తన అతడికి నచ్చదు. రెండు మూడుసార్లు కొత్త వ్యక్తులతో బండిమీద కూసుండి పోవడం చూసిండు.

సాయిలు మాటలు కొడుకు విన్నడు గానీ మాట్లాడలేదు. కోడలు మామ మాట నిజమే అనుకుంది. ఆమెకు వారం రోజుల కిందట జరిగిన సంఘటన గుర్తుకొచ్చింది. ఆనాటి నుండి అది మనుసుల మెదులుతనే వుంది.

వారం కిందట ఒకనాడు కరీంనగర్‌లో మీటింగ్. గ్రూపులన్నింటినీ రమ్మన్నడు. లోన్‌లు, రేషన్ కార్డులు ఇత్తనన్నడు. పొత్తుల వ్యాన్ మాట్లాడాలనుకున్నరు. కుదరలేదు. జీబుల్లో బస్సుల్లో ఎవరికి వారు వెళ్లిపోయింద్రు. పద్మ గూడా రెడీ అయితుంది.

గొల్ల కొమురయ్య వచ్చి పద్మను కలిసిండు. "చెల్లే చెల్లే మా లచ్చిమిని తోలుకపో... పొమ్మంటే పోతలేదు" అన్నాడు. సోపతి ఉంటదని పద్మ లచ్చిమి దగ్గరికి పోయింది.

తిరుగుడు తనతో కాదు, రానంటోంది లచ్చిమి. కొమురయ్య తిడుతుండు. "ఇంట్ల కూసుంటే రేషన్ కార్డు ఎట్ల..? లోన్లు ఎట్ల...? అందరితో పాటు నువ్వు పోవాలె" అన్నడు. పద్మ గూడ నచ్చజెప్పింది. ఏడాది బిడ్డను పట్టుకుంటనన్నడు కొమురయ్య.

లచ్చిమి బలవంతంగా తయారయింది. ఇద్దరూ కరీంనగర్ పొయింద్రు. లోన్లు లెవ్వు, కార్డులు లెవ్వు. సముద్రం లెక్క జనం. ఎవరో మంత్రి వచ్చిండు. పది గంటలకన్న మీటింగ్ నాలుగు గంటలకు మొదలయింది. తిండి లేదు, నీళ్లు లేవు. పులిహోర పొట్లాలు ఇచ్చినారు గానీ ఎవలకూ అందలేదు.

మీటింగ్ ముగిసేసరికి ఏడు దాటింది. బస్సు ఎక్కి సిరిసిల్లకు వచ్చేసరికి తొమ్మిది దాటింది. ఊరికి పోయే లాస్టు బస్సు వెళ్లిపోయింది. ఎవరు ఎప్పుడు

వెళ్లిపోయారో తెలువదిగానీ ఎవరూ కనిపించలేదు. పద్మ, లచ్చిమి ఇద్దరే మిగిలినారు.

ఆ రాత్రి తెలిసిన వాళ్ల ఇంటికి తీసుకపోయింది పద్మ. లచ్చిమి నోట్లో మంచినీళ్లు పొయ్యలేదు. బిడ్డ మీదికి పానం గుంజి కండ్లల్ల నీళ్లు తిరిగినయి. రాత్రి కంటిమీద రెప్ప వాలలేదు.

మబ్బుతో బస్సు ఎక్కి పొద్దు పొడవక ముందే ఊర్లె దిగిండ్రు. ఇంటి దిక్కు పరిగెత్తింది లచ్చిమి. దూరం నుంచే బిడ్డ ఏడుపు వినిపించి కడుపుల పేగులు తల్లడమల్లడమైనయి. నరాల్లో రక్తం ఉప్పొంగింది. ఆదుర్దాగా వెళ్లి బిడ్డను అందుకుంది.

“ఏందే... లచ్చీ... పోరి ఒక్కటే ఏడ్సుడు. ఎటుపోయినవే” ఒకరు.

“ఏడ్సి ఏడ్సి గుండె పగిలె. బతుకనే బతుకదనుకున్నం” మరొకరు.

“ఊ... పోతే పోయినవు. పొల్లనే బరువయిందా...? ఎత్తుకపోవద్దా” ఇంకొకరు.

“ఏం పోవుడో ఏమో... ఆడోళ్లు పూర్తిగ ఆగమైండ్రు. బ్యాంకులల్ల వాళ్లే... బస్సులల్ల వాళ్లే. బజార్లల్ల వాళ్లే... దునియ ఖరాబయింది” ఓ పెద్దమనిషి.

కొమురయ్య కట్టె అందుకున్నాడు. పొట్టు పొట్టు గొట్టిండు. అందరితో ఎందుకు రాలేదన్నడు. అక్కడ ఏం చేసినవన్నడు. ఎక్కడ పన్నవన్నడు. ఎవనితో ఉన్నవన్నడు. పండ్లు కొరికిండు. బూతులు తిట్టిండు.

లచ్చిమి పద్మ దగ్గరికి వచ్చి ఏడ్చింది. పద్మకు అంతకంటే ఎక్కువనే బాధయింది. దెబ్బలు ఒక్కటి తగలలేదు గానీ మాటలకేం లోటులేదు. అత్త, మామ, భర్త ఎన్నెన్ని మాటలన్నరు. గుచ్చిగుచ్చి చూసిండ్రు. రెండు రోజులదాకా మాట్లాడలేదు. ఆమెకు దెబ్బల వాతలున్నాయి. తనకు లేవు. అంతే భేదం!

లచ్చిమి వాతలు మిగిలిన సభ్యులు చూసిండ్రు. కొమురయ్యను అడుగుతమన్నడు. పంచాది పెడుతమన్నరు. పోలీసులకు చెప్పుతమన్నరు. గ్రూపులన్నీ ఏకం జేత్తమన్నరు. మహిళా సంఘాలకు చెప్పుతమన్నరు. కొమురయ్యను బజార్లకు గుంజుతమన్నరు.

లచ్చిమి ఒప్పుకోలేదు. “నా మొగడు నన్ను కొట్టిండు. నడుమల మీకెందుకు?” అన్నది. ఎక్కడి వాళ్లక్కడ సల్లవడ్డరు.

మామ మాటలు విన్నంక ఆ సంఘటన గుర్తుకచ్చింది పద్మకు. తిరుగుడు, తిట్లు తప్పుతాయనుకుంది. భర్త మాటలు విన్నంక గంగవ్వకు కోపమచ్చింది. "ఇంట్ల కూసుంటే ఎట్ల బతుకుతం చెప్పు. రోజుకొక గంటసేపు లెక్క చేసినందుకు నెలకు ఏడెనిమిది వందలు రావట్టె. ఇటు చూసి అటు చూస్తే నెల. నువ్వు బర్లు కొంటివి. అవి ముంచుడేగాని తేల్సుడు లేదు" అన్నది.

"నాయినా... బాకీ కట్టద్దు" అన్నడు.

"ఎందుకురా... ఉన్న బర్రెను తీసుకపోతరు" సాయిలు అన్నడు.

"ఎవడు తీసుకపోతడు. బర్రెను ముట్టి బతుకుతడా... నేను మొన్న జెడ్పీటీసికి చెప్పిన. కట్టకుమన్నడు"

"కట్టకపోతే ఏంది...? పాల పైసలు పట్టుకుంటడు" అంది గంగవ్వ.

"పాలు పోస్తేగద పట్టుకునేందుకు. పాలే పొయ్యవద్దు. చాయ హోటళ్లల్ల వాడికి మాట్లాడుత. హోటలుకు పోత్తాం. ఎవలన్నా అడిగితే ఇస్తలేదని చెబుదాం" అన్నడు.

గంగవ్వకు ఆశ పుట్టింది. పద్మ నిజమే అనుకుంది. సాయిలుకు మాత్రం కోపం వచ్చింది. వద్దే వద్దన్నడు.

"నీకేం తెలుసు. అన్నీ వాడే మాట్లాడుకుంటడు. హోటల్ల అమ్మితే పైసలు గూడా ఎక్కువ వస్తయి" గంగవ్వ అంది. సాయిలు మాట్లాడలేదు.

గంగవ్వనే మాట్లాడింది. సాయిలు నీతిగ బతుకాలన్నడు.

"మనం ఇట్లగనీ... జనం ఎవ్వలకూ నియ్యతులేదు. ఎవ్వలూ నియ్యతు మీద లేరు. బ్యాంకుల అప్పులు ఎందరో ఎగవెడుతున్నరు. ఎందరో లంచాలు తింటున్నరు. ఎందరో మీద మీద బతుకుతున్నరు. మనం మన్ను తిని మన్ను కక్కుతున్నం. దుడ్డె సచ్చి పోయినందుకు మనమేం జేద్దాం..." అన్నది గంగవ్వ కోప,గా.

అప్పుడే 'వదినే' అన్న పిలుపు వినిపించింది.

"ఎవలూ" అంది గంగవ్వ.

"నేనే" లోపలికి వస్తూ అన్నడు బాల్‌రాజు.

"మల్లన్న కొడుకా... రాబిడ్డ... కూసో" అంది గంగవ్వ.

బాల్‌రాజు లోపలకి వచ్చి కుర్చీ మీద కూసున్నడు. పక్కనే నారాయణ వున్నడు మాట్లాడుకున్నరు.

“ఇదేం వరుసరా బాల్‌రాజూ! మీ నాయిన నన్ను బావా అంటడు. పద్మను బిడ్డా అంటడు. నువ్వు వదినే అంటన్నవు. అక్కనో చెల్లెనో అనాలెగానీ...” సాయిలు అన్నడు.

“ఎట్ల పిలిచినా అదే నోరు. ఎట్ల పిలిత్తేంది. నారాయణను అన్నా అంటున్న. అందుకే వదిన అంటున్న” అంటూ పద్మను చూసి నవ్విండు.

“నిన్న లెక్కల్ల ఏదో తప్పు పోయిందట. ఆ గ్రూపు లీడర్లచ్చింద్రు. రమ్మంటంద్రు” అన్నడు నవ్వుతూనే. అప్పుడు మసక చీకటి పడుతోంది. బర్లు ఇంటికి వస్తున్నయి.

ఏం తప్పు పోయిందని గంగవ్వ అడిగింది. బాల్‌రాజు చెప్పుతుంటే నారాయణ వింటున్నడు.

రాజు చదువుకుంటుంటే, శ్వేత టీవీ చూస్తంది. సాయిలు బర్లు సదురుతండు. లెక్క తప్పు అనంగనే పద్మకు భయమయింది.

వెంటనే లేచి బీడీల గంపను మూలకు పెట్టింది. మొఖం కడుక్కుని తల దువ్వుకుని మొఖానికింత పౌడర్ రాసుకుని బొట్టు సదురుకుంది. చెప్పులేసుకుని బయటకు నడిచింది.

బాల్‌రాజు ఆమె వెంటనే నడిచాడు.

నడుస్తూ నడుస్తూ వెనక్కి తిరిగి ఆగి భర్తతో “అటే, ఈ రోజు గ్రూపు లెక్క గూడా చూసి వస్త. తొమ్మిది గంటల వరకు రాను” అన్నది. నారాయణ తలూపిండు.

వాడు రా... అనంగనే ఇది పోవట్టె. వస్తున్న, నువ్వు నడువు... అనచ్చుగదా. వాని వెంటబడి పోవుడేంది... అనుకున్నడు సాయిలు. గంగవ్వకు ఏ ఆలోచనా లేదు. సీరియల్ చూస్తుంది. ‘ఇట్ల తప్పులుపోతే పైసలిస్తరా..? తప్పులు లేకుండ చెయ్యమనాలె’ అనుకున్నడు నారాయణ. అడ్వటేజ్ వచ్చినప్పుడల్లా చానల్ ఒత్తుతుండు రాజు.

శ్వేత తల్లి వెంట పరుగు తియ్యాలనుకుంది. టీవీ చూస్తుంటే కదలాలనిపించలేదు. కొంతసేపటికి ఆ విషయమే మరిచిపోయింది.

నారాయణ కొంతసేపు కూసున్నడు. అంతట్లో పాల విషయం గుర్తుకచ్చింది. హోటల్లో పాలవాడికి మాట్లాడాలి అనుకుంటూ చెప్పులేసుకుని బయటకు నడిచిండు.

వెనుకనుండి తండ్రి పిలిస్తే ఆగిండు నారాయణ. "వచ్చేటప్పుడు పద్మను తోలుకరా. చీకటిపూట ఒక్కతి భయపడుతది" అన్నడు.

నారాయణ అవుననలేదు, కాదనలేదు. అవును కాదన్నట్టుగా తలూపి ముందుకు నడిచిండు. అట్లా నడిచిన మనిషి తొమ్మిది దాటినా రాలేదు.

తొమ్మిదింటికి పద్మ వచ్చింది. వెంట బాలరాజు వచ్చి దింపిపోయిండు. పోతూ పోతూ వెనక్కి చూసిపోయిండు. సాయిలుకు మండుకచ్చింది.

"వాడు ఎక్కడ...? అక్కడికి రానేలేదా..?" అన్నడు. లేదని తలూపింది పద్మ. కూతురుకు అన్నం పెట్టి పండుకోబెట్టింది. అప్పటికే అందరూ తిన్నరు. గచ్చు నిండా తిన్న పళ్లాలు, గ్లాసులు, ఖాళీ గిన్నెలున్నయి. అటువైపు చూసి ముక్కు ఇరిసింది పద్మ. భర్త కొరకు చూసింది. నారాయణ రాలేదు.

పది దాటింది. అందరూ పండుకున్నరు. పద్మకు నిద్ర రాలేదు. టీవీ చూస్తూనే ఉంది. భర్త ఎందుకు రాలేదోనని భయంగా ఉంది. సాయిలుకు గూడ నిద్ర రాలేదు. పై కప్పును చూస్తనే ఉన్నడు. కొడుకు ఎక్కడికి వెళ్లిండోననే ఆలోచన భయం కలిగిస్తోంది.

ఎద్దూ ఎవుసం నడిచిననాడు ఊరి మొఖమే చూడనోడు, ఊర్లె పావులావంతు మందికి గూడ తెలువనోడు, ఏడు దాటిందాంటే ఇల్లు విడిచి బయటకు వెళ్లనోడు, నోట్లె నాలిక లేనోడు, పాలు తెల్లగుంటాయి, బొగ్గులు నల్లగుంటాయి అని నమ్మినోడు. నారాయణ పది దాటినా ఇల్లు చేరలేదు.

పదిన్నరకు తలుపు చప్పుడయింది. 'అవా?' అని పిలుపు వినిపించింది.

పద్మ ప్రాణం కుదుటపడ్డది. సాయిలుకు మాత్రం భయంగానే వుంది.

వెళ్లి తలుపు తెరిచింది పద్మ. కొత్తగా... ఎప్పుడూ పీల్చని ఘాటైన వాసన.

పద్మకు నెత్తి దిమ్మెక్కింది.

"తాగినవా....?" అంది.

'ఉస్' అంటూ మూతి మీద వేలుపట్టి మాట్లాడవద్దని సైగచేసి లోపలికి

వచ్చిండు నారాయణ. లైటు కండ్లకు చెక్కుమని కొట్టింది. కండ్లు తిరిగినట్టయి తూలిపడిబోయి నిలదొక్కుకున్నడు.

పద్మ తలుపు వేసింది. ఘాటు వాసన వదిలిపోవడం లేదు. వెనక్కి వచ్చి విసవిసా తన గదిలోనికి వెళ్లిపోయింది. కండ్లల్ల నీళ్లు తిరిగినయి.

సాయిలు చూస్తనే ఉన్నడు. "ఏందిరా ఇంతలేటు. పొల్ల తిండిగూడ తినలేదు. ఇంతదాకా ఏం మావుల జేసినవు" అన్నడు కొద్దిగా కోపంగా.

నారాయణకు విస్కీ కొత్త, శరీరం తూలుతోంది. విస్కీకి నారాయణ కొత్త. మాటలు తూలుతున్నయి. నిలదొక్కుకుని తండ్రిని చూసిండు.

"నాయినా... నువ్వు మన్ను తవ్వుకుని బతికినవు. ఎన్నడూ కడుపుకు సుఖపడలేదు. నేను మంది మీద బతుకుత. కడుపుకు సుఖపడుత. కష్టం లేకుండ పైస పుట్టిస్త" అన్నడు.

తల్లికి మెలుకయింది. 'పైసలు పుట్టిస్త' అనే మాటలు మాత్రమే వినిపించినయి. తండ్రికి మాత్రం మాటల్లోని తేడా వినిపించింది. వెంటనే లేచి కూసున్నడు.

నారాయణ సొలుగుతున్నడు.

సాయిలుకు నోట మాట రాలేదు. తల్లికి మాత్రం మళ్లా కన్నంటుకుంది.

"ఏందిరా... తాగినవా?" సాయిలు గొంతులో బాధా, దుఃఖం.

"ఏ... తాగుడెక్కడిది. ఏదో కొద్దిగ, దోస్తులు బలవంతం చేసింద్రు. అయినా మందిల తిరిగినప్పుడు మందు తప్పది నాయినా" అంటూ గదిలోకి పోయిండు.

లైట్లు ఆరిపోయినయి. సాయిలు మాత్రం కన్నార్పలేదు. జరుగుతున్న మార్పులను జీర్ణించుకోలేకపోతున్నాడు. తనను తాను సమాధాన పరచుకోలేకపోతున్నాడు. రాయిపడ్డ అద్దంలా సంసారం ముక్కలయిందా అనిపిస్తోంది. ముక్క ముక్కల్లో వికృత ప్రతిబింబం కనిపిస్తోంది. సంసారం ఎటుపోతుంది అనుకున్నడు.

తెల్లారింది. పద్మ పాలు పిండింది. మామ డైరీ వద్దకు బయలు దేరుతుంటే వద్దన్న పద్మ, భర్తను నిద్రలేపింది. నిద్రలేచిన నారాయణ పాల క్యానులో

రెండు ముంతల నీళ్లు పోసిండు. క్యానుకు క్యాను హొటళ్లకు పోసి వచ్చిండు. డెబ్బయి రూపాయలు తెచ్చి తల్లికి ఇచ్చిండు.

"చూసినవా... కేంద్రంలో పోస్తే అటు కొలిచి ఇటు కొలిచి నలుపై యాభై రూపాయలిత్తరు. ఇప్పుడు చూడు డెబ్బయి నగదు" గంగవ్వ సాయిలుతో అంది.

"ఇంకా ఇయ్యల్ల చిక్కగయినయి. రేపు ఇంకో ముంత నీళ్లు నింపాలె" నారాయణ అంటూ పాలనీళ్ల కొలత భార్యకు చెప్పిండు.

సాయిలు నోరు తెరువలేదు. ఒకే ఒక్కమాట "రెండు రోజులు గడువనీ" అన్నడు.

సాయిలు అన్నట్టే అయింది. రెండు రోజుల్లో డైరీ నుంచి మనుషులు ఇంటికి వచ్చి ఎక్కువ లాభానికి బయట అమ్ముకుంటున్నవా అని అడిగిండ్రు. పాలు ఇవ్వడం లేదన్నడు నారాయణ. వాళ్లూ తక్కువ తినలేదు. ఏ హొటలులో ఎన్ని లీటర్లు పోస్తోంది, ఎన్ని పైసలిస్తోంది చెప్పిండ్రు.

దుడ్డె సచ్చిపోయిన సంగతి చెప్పిండు నారాయణ.

ఇచ్చినకాడికి తమకే పొయ్యిమన్నరు వాళ్లు.

తమకేమీ లాభమని అడిగిండు నారాయణ. వాళ్ల మధ్య వాదం జరిగింది.

"నేను చెప్పలేదా..?" అన్నడు సాయిలు.

"మా చెప్పినవు తియ్యి. గోసి బట్ట అమ్ముకొమ్మని" గంగవ్వ విసుగ్గా అంది.

నారాయణ వినలేదు. కేంద్రంలో ప్యాడ్ సెకరెట్రీ మిగతా సభ్యులను ఎగదోసిండు. వాళ్లు నారాయణ ఇంటి ముందు కూర్చోవడంతో సాయిలు మొత్తుకున్నడు. పద్మ బయపడింది. గంగవ్వ మెత్తవడ్డది. నారాయణ మాత్రం తొణకలేదు బెనకలేదు. "నేను పొయ్యను. మీ ఇష్టం" అంటున్నడు. రెండు రోజుల్లో పంచాది ముందిరింది.

నారాయణ ఫోను కొట్టగానే జెడ్పీటీసి వచ్చి విషయమంతా విన్నడు. "అవును ఇది అన్యాయం. నెలంతా సాకిరి జేస్తరు వాళ్లు. మీరేమో ఉన్న పైసలు పోను ఇంకా రెండు మూడు వందలు కట్టుమంటరు. వాళ్లు ఎట్ల

బతుకాలె. మీ డైరెక్టర్‌తో మాట్లాడుత, నడువు. మీ కేంద్రం ముందే టెంటు వేస్త” అన్నడు. అధికారులను బెదిరించిండు. అందరితో ఫోన్‌లో మాట్లాడిండు. ఒక బర్రె అప్పును మాఫీ చేసిండు. నారాయణను కుషీ చేసిండు.

నారాయణ మీసం వడివెట్టిండు. తండ్రితో “చూసినవా... నా తడాఖా, బయపడితే పనిగాదు మరి” అన్నడు. జెడ్పీటీసికి మందు, విందు ఇచ్చిండు.

ఈ దెబ్బతో నారాయణ ఊరిలో చిన్నగా లీడరయిండు. బర్ల బాధితులు తమ బాధలను నారాయణతో చెప్పుకుంటుండ్రు. అతడు తోచిన సలహా ఇస్తుండు. పాల ఉత్పత్తిదారుల సంఘం ఏర్పడ్డది. నారాయణ ప్రెసిడెంటయిండు. తండ్రి వ్యతిరేకించినా తల్లి నవ్వింది. భార్య భుజం తట్టింది. తమ్ముడు కాలర్ ఎగిరేసిండు. జెడ్పీటీసి వచ్చి దండ ఏసిండు. సభ్యులందరితో మీటింగ్ పెట్టి మాట్లాడిండు.

ఊర్లె బీజేపీ జెండా ఎగిరింది. ఈ విషయం ఎమ్మెల్యేకు తెలిసి సర్పంచ్‌కు ఫోన్ చేసింది. “సహదేవరెడ్డి సామాన్యుడు కాదు. గడ్డిపోచ దొరికితే కొండ పాకుతడు. అతడికి ఊర్లె క్యాడర్ దొరకద్దని, లేకుంటే రేపు నన్ను గెలువనియ్యడు. నేను లేకుంటే నువ్వు లేవు” అని చెప్పింది.

సర్పంచ్ వెంకటాద్రికి భయమయింది. పైకి మాత్రం “వాడెంత వాని లెక్క ఎంత. నలిచి పారేత్త సూడు. మళ్లీ ఈసారి ఊర్లెకస్తే వెంట ఎవరూ లేకుండ చేస్త” అని ఫోన్ పెట్టేసి ఆలోచనలో పడ్డడు. అతడి మనసులో సాయిలు మెదిలిండు. వెంటనే అతణ్ణి పిలిపించుకున్నడు.

సాయిలు రాగానే “బాగున్నవా మామా” అని క్షేమ సమాచారాలు అడిగిండు. బర్రె కథ అడిగి చాయ తాగించిండు. “నారాయణ అమాయకుడు. రాజకీయాలు తెలువదన్నాడు. సహదేవరెడ్డితో దోస్తు వద్దని చెప్పు. కావాలంటే నా వెంట ఉండుమను. కాంట్రాక్టు ఇప్పిస్త” అని చెప్పిండు. సాయిలు తలూపి ఇంటికి పోయిండు. మలుసుకుని పన్నడు.

వెంకటాద్రి మనసులో బాల్‌రాజ్ మెదిలిండు. వెంటనే సుంకరోన్ని పిలిచి మల్లయ్యను రమ్మన్నడు. అతడు రాంగనే అదీ ఇదీ మాట్లాడుకున్నరు. నారాయణకు పోటీగా బాల్‌రాజ్‌కు లిఫ్ట్ ఇయ్యాలనుకున్నాడు.

“మల్లన్నా... బడిని డెవలప్ జేద్దాం. గ్రౌండ్ సాపు జేపిద్దాం. నీళ్లకు

ట్యాంక్ గట్టిద్దాం. పిల్లలకు సైన్సు పరికరాలు తెద్దాం" అన్నడు వెంకటాద్రి, మల్లయ్యను నమ్మించాలని.

"ముడ్డి పుండ్లకు నూనె లేదంటే ఎడ్ల కొట్టంల దీపం కావాల్నట. ఓ నారాయణా... బడిలో ఒక్క పైస లేదురా అంటే గ్రౌండంటవు, పరికరాలంటవు. వట్టిగనే వత్తయా..?" మల్లయ్య విసుగ్గా ప్రశ్నించిండు.

"నీకొక ఉపాయం చెప్పుత" అన్నడు వెంకటాద్రి ఆశ పుట్టిస్తూ.

"చెప్పు" పైసలనంగనే మల్లయ్యలో ఆశపుట్టింది.

"ఇక్కడ గాదు. బడిలో చెప్పుత. పేరెంట్స్ మీటింగ్ పెట్టు" అన్నడు వెంకటాద్రి.

"పెడితే పెడుత గనీ చెప్పరాదు" మల్లయ్య బతిమిలాడిండు.

వెంకటాద్రి చెప్పింది విని మల్లయ్య తలూపుతూ "బలే ఐడియా! నువ్వురా సర్పంచివంటే" అన్నడు. వెంటనే బడికిపోయి పెద్దసారును కలిసి పేరెంట్స్ మీటింగ్ పెట్టాలన్నడు మల్లయ్య. తెల్లారే పెడుతనన్నడు సారు. నోటీసు రాసిండు. క్లాసులకు పంపిండు. తల్లిదండ్రులను తప్పక తీసుకరావాలన్నడు.

మల్లయ్య గూడా పిల్లలందరికి భయం చెప్పిండు. పేరెంట్స్ రాకుంటే అన్నం పెట్టనన్నడు, హాజరు వెయ్యనన్నడు.

హాజరు ముచ్చట ఎవలనూ కదిలించలేదు. అన్నం ముచ్చటకే అందరు కదిలిండ్రు. పేరెంట్స్ రాకుంటే అన్నం పెట్టనన్నడు. పది గంటలకు బడి ముందు ఉన్నరు. ఏం అడుగాలో చర్చించుకున్నరు. కొందరు సదువు వత్తలేదన్నరు. కొందరు సార్లు వత్తలేరన్నరు. కొందరు సదువు చెప్పుతనే లేదన్నరు. మీటింగులో ఇవన్నీ అడుగాలనుకుంటూ పేరెంట్స్ గరం మీదున్నారు.

పెద్దసారు ఏడో తరగతికి పోయి పిల్లలను చెట్ల కిందికి పంపి క్లాసును ఖాళీ చేసిండు. పేరెంట్స్‌ను కూర్చోమన్నడు. ఎజండా రాసుకుని చిన్నసారు చేతికిచ్చిండు.

మీటింగ్ మొదలయింది.

"ఇట్టి సమావేశమునకు అధ్యక్షులుగా పాఠశాల ప్రధానోపాధ్యాయులు వేదిక పైకి రావలసిందిగా కోరుతున్నాను" చిన్నసారు పిలవగానే పెద్దసారు

కుర్చీలో కూర్చున్నడు.

"ముఖ్య అతిథిగా గ్రామసర్పంచ్ లింగమ్మగారిని వేదిక పైకి రావలసిందిగా కోరుతున్నాము" చిన్నసారు.

వెంకటాద్రి వచ్చి కూసున్నాడు.

"ఆత్మీయ అతిథిగా విద్యాకమిటీ చైర్‌పర్సన్ శ్రీమతి శోభగారిని వేదిక పైకి రావాలని కోరుతున్నాం" చిన్నసారు అన్నడు.

మల్లయ్య నవ్వుతూ కుర్చీలో కూర్చున్నడు.

చిన్నసారు తెలుగు చెప్పుతడు. కొద్దిగా పైత్యముంది. కవిత్వం రాస్తడు. మనిషికో పేరు పెడుతండు. పాఠశాలకు వెన్నెముక, తుంటెముక, తల, కండ్లు అంటుండు. పొగుడుతండు. మనిషికో బిరుదు ఇస్తండు.

"విశిష్ట అతిథిగా గ్రామ ఎంపీటీసి శ్రీమతి సరోజన గారిని వేదికనలంకరించాల్సిందిగా కోరుతున్న" అన్నడు.

ఎల్లయ్య చెయ్యి ఊపుకుంట వేదికపైకి వచ్చిండు.

మీటింగ్ మొదలయింది. పేరెంట్స్‌ను మాట్లాడుమన్నరు. మా పిల్లగాడు టీవీ ముందు నుంచి లేస్తలేడని కొందరు... క్రికెట్ బ్యాట్ పట్టుకున్నడంటే ఇడుస్త లేడని కొందరు... చదువుత లేరని కొందరు.. తిండి తింటలేరని కొందరు... మాట వింటలేరని కొందరు... సార్లు భయం పెట్టాలని కొందరు... సార్లకు భయం పెట్టాలని కొందరు... ఈ పైసలేమైనయని కొందరు... తిండి మంచిగ లేదని కొందరు... ఎగురుతుండ్రు, దుంకుతుండ్రు.

అరగంట ఉరుకులాడి ఇంకో అరగంట తిట్టుకున్నరు. ఇంకో అరగంట ఉడుక్కుని చివరి గంటలో సల్లవడ్డరు. వెంకటాద్రి కాక చూసి దెబ్బ వెట్టిండు. లేచి నిలవడి బడి గురించి చెప్పిండు.

బడిలో వసతులు, వనరులు లేవన్నడు. బడ్జెట్ లేదన్నడు. పిల్లలు మంచిగా సదువుకోవాలంటే నిధులు సేకరించాలన్నడు. మనిషికి రెండు వందలు ఇయ్యాలని లేకుంటే పిల్లలకు సదువు రాదన్నడు.

అందరు గయ్యిమన్నరు. "కూటికి సత్తుంటే పైసలు ఎక్కడివి? రెండు వందలు గాదు, రెండు కొత్తలు గూడా లేవు. పిల్లలను బడి అయినా బందు

వెడతం గానీ పైసలు మాత్రం ఇయ్యము" అన్నరు.

అప్పుడు అసలు తన ఆలోచన ఏమిటో చెప్పిండు వెంకటాద్రి. ఇయ్యకున్నా సరే, తన వెంట ఉండుమంటూ గొంతు సవరించుకున్నడు.

"మన ఊర్లె బ్రాంది షాపులేదు, అయినా బ్రాంది దొరుకుతుంది. బీరు దొరుకుతుంది. విస్కీ దొరుకుతుంది. బయట యాభయికీ తెచ్చి వందకు అమ్ముతున్నరు. సగానికి సగం లాభం తింటంద్రు. ఇప్పటి నుండి బ్రాంంది, బీరు, విస్కీ, కూల్‌డ్రింక్స్ ఎవరు అమ్మినా సరే, బడిలో ఈ వసతులన్నీ చేయించాలె" అన్నడు.

అందరు సరే అన్నరు. 'ఇట్ల చెయ్యాల్సిందే. అంత లాభంలో కొంత పెట్టాల్సిందే. బడిని బాగు చేయాల్సిందే వెంకటాద్రి ఆలోచన మంచి ఆలోచన' అని పొగిడింద్రు.

మందును అమ్ముకుని బడిని బాగు చేసేవాళ్లు ఎవరైనా ముందుకు రావాలన్నడు వెంకటాద్రి. ఎవరూ ముందుకు రాలేదు. బయటపడ్డరు. "గడ్డిగాళ్లం మాకేం తెలుసు. మందు దందనే తెలువదు" అన్నరు.

మల్లయ్య ముందుకచ్చి కష్టమైనా నష్టమైనా భరిస్తనన్నడు. బడి తనదని, బడి బాగు తన బాధ్యతని ఎవరు తప్పించుకున్నా తనకు తప్పదని అన్నడు. మందు అమ్ముతనని, బడిని డెవలప్ చేస్తనని అన్నడు. అందరు చప్పట్లు కొట్టి వేరేవాళ్లు అమ్మకుంట చూస్తమన్నరు.

ఎల్లయ్య లేసి "అందరు మల్లయ్య వెంట ఉండాలి. ఎవలూ మందు అమ్మకుంట చూడాలి. అందరు ఐక్యంగా ఉంటేనే బడి డెవలప్ అయితది" అన్నడు.

అందరూ మరోసారి చప్పట్లు కొట్టింద్రు. తమ బడి బాగుకోసం, తమ పిల్లల బాగుకోసం మల్లయ్య వెంట ఉంటమన్నరు. అతడు చెప్పినట్టు వింటమన్నరు.

పెద్దసారు, చిన్నసారు మాట్లాడినంక మీటింగ్ అయిపోయింది.

మందు ఎవరూ అమ్మవద్దని, కూల్‌డ్రింక్స్ కూడా అమ్మవద్దని, అమ్మితే పది వెయిల జురుమానా అని, అన్ని డ్రింకులు మల్లయ్య దగ్గర దొరుకుతయని, ఇది రేపటి నుంచే అమలయితదని ఆ రోజు ఊరిలో చాటింపు వేసింద్రు.

కొందరు మంచిదే అన్నరు. కొందరు కానే కాదన్నరు. కొందరు మీసాలు తిప్పిండ్రు. కొందరు ఎవలను అడిగి నిర్ణయించినారన్నరు. కొందరు పోలీసులకు చెప్పిండ్రు. వారం రోజులు ఊరు ఉడికింది.

అందరినీ మల్లయ్య మేనేజ్ చేసిండు. వచ్చినప్పుడు, పోయినప్పుడు పోలీసులకు ఫుల్‌బాటిల్, ఆఫ్‌బాటిల్ అందించిండు. థంసప్ బాటిళ్లు ఫ్రీగా ఇచ్చిండు. వారం రోజుల్లో అందరూ సల్లవడ్డరు.

మల్లయ్య కొడుకు బాల్‌రాజు మందు అమ్ముతున్నడు. కూల్‌డ్రింక్స్ కంపెనీ వాళ్లు ఫ్రిజ్‌ను ఫ్రీగా ఇచ్చిండ్రు. అమ్మకాలు జోరందుకున్నయి. బాల్‌రాజు సర్పంచ్ మనిషయిండు.

గ్రూపు లెక్కలు చూసేందుకు రోజూ వచ్చే నారాయణ భార్య పద్మ, మందు అమ్మకాలను చూసి ఎంత లాభమని అడుగుతోంది. నారన్నను పొత్తు కూడుపుకో అంటోంది. శోభకు చెప్పుతోంది.

బాల్‌రాజు నవ్వుతండు. "పొత్తు తీసుకుందును వదినే. అన్న జెడ్పీటీసి మనిషి గదా. అది సర్పంచ్‌కు నచ్చది. దానికి రాజీనామా చేయిమను. వెంటనే తీసుకుంట" అంటండు.

పద్మ నారాయణకు నచ్చజెప్పుతుంది. నారాయణ ఆలోచిస్తండు. సర్పంచ్ వెంకటాద్రి బాల్‌రాజును ఎగదోత్తండు. బాల్‌రాజు కొంతమంది యూత్ పిల్లలను జమ చేస్తండు. వాళ్లు చిక్కినట్టే చిక్కి నారాయణ వెంట తిరుగుతున్నరు. ఈ విషయం సర్పంచ్ గమనిస్తండు. బాల్‌రాజుకు ఏం చేయాలో చెబుతున్నడు.

ఇంతలోనే ఊర్లె అనుమండ్ల సామి జాతర జరిగింది. ఎమ్మెల్యే వచ్చి దేవుని దర్శనం చేసుకున్నడు. జెడ్పీటీసి గూడా వచ్చి దర్శనం చేసుకున్నడు. ఇద్దరి వెంట జనాలున్నరు. ఇద్దరూ ఎదురెదురయిండ్రు. ఎవరి వెంట ఎక్కువ జనాలు ఉన్నరో చూసుకున్నరు.

నిజానికి ఎమ్మెల్యే వెంటనే ఎక్కువ జనాలున్నరు. కానీ అందరూ ముసలీ ముతక, నడి ఈడు మనుషులు. జెడ్పీటీసి వెంట తక్కువ జనాలున్నరు. అందరూ యువకులు. ఉడుకు మీదున్నరు.

ఎమ్మెల్యే జనం అనిగి మనిగి ఉన్నరు. జెడ్పీటీసి జనం గల్లలు ఎగిరేసిండ్రు. ఛాతి విరుచుకుని నడిచిండ్రు. ఎమ్మెల్యేకు చిన్నతనం

అనిపించింది. సర్పంచ్‌ను కొరకొర చూసిండు. ఎమ్మెల్యే, జెడ్పీటీసి ఇద్దరూ మాట్లాడుకున్నరు. వెంట ఉన్న జనం మాత్రం మూతులు ముడుచుకుని కోపంగా చూసుకున్నరు. ఇద్దరూ వెళ్లి పోగానే వెంట ఉన్న మనుషులు విడిపోయింద్రు.

పోతూ పోతూ ఎమ్మెల్యే వెంకటాద్రిని మందలించి పోయిండు. "నన్ను కాపాడుకో... నిన్ను కాపాడుతా" అన్నడు. వెంకటాద్రికి భయం పట్టుకుంది.

పోతూ పోతూ జెడ్పీటీసి నారాయణను మెచ్చుకున్నడు. "నాకు లాభం చెయ్యి. నీకు లాభం చేస్త" అన్నడు. నారాయణకు ధైర్యం వచ్చింది.

అతడు అంగన్‌వాడీ పోస్టును గుర్తు చేయగానే వివరాలన్నీ తెలుసుకుని చెబుతానన్నడు జెడ్పీటీసి. అది పద్మకు వచ్చుడు వచ్చుడేనని వాగ్దానం చేసిండు. యూత్‌కు పార్టీ ఇయ్యమని పైసలిచ్చి పోయిండు.

ఆ రోజు యూత్‌కు మందు, విందు. మందును ఊరిలో కొనలేదు. పక్క ఊరి నుంచి తెచ్చింద్రు. అది బాల్‌రాజుకు తెలిసింది. కడుపు కుతకుత వుడికింది. తండ్రితో విషయం చెప్పిండు. మల్లయ్య గూడా బాధపడ్డడు. సాయిలును కలుసుకుని నారాయణ గురించి చెప్పిండు. మందు కొనలేదని కోపానికచ్చిండు.

"బావా... అంతా మనం మనమే అనుకున్నం. ఒకల కొకలం సహాయం చేసుకోవాలనుకున్నం. కానీ నారాయణ ఎట్ల జేస్తండు. నన్ను పరాయివాన్ని జేత్తండు. నేను పద్మను గ్రామదీపికను చేసిన. గ్రూపులతో ఒప్పించి లెక్కలు చేయిస్తున్న. నెలకు ఎంతో కొంత ఇప్పిస్తున్న" అన్నడు మల్లయ్య.

సాయిలు "నిజమే, మందు ఇక్కడనే కొనాల్సింది" అంటూ నారాయణకు నచ్చజెప్పుతానన్నడు. గంగవ్వ నోరు విప్పలేదు. "ఏ పుట్టలో ఏ పాముందో ఎవరి పొట్టలో ఏ బాధలున్నవో" అంది. పద్మ మూతి విరిచింది.

"నాకు సహాయం చెయ్యలేదు. నేనే కష్టపడి లెక్కలు చేస్తున్నా. నా కష్టాన్నే శోభకు పంచి ఇస్తున్నా. నా వల్లనే వాళ్లకు లాభం. వాళ్లతో నాకేం లాభం లేదు" అంది.

సాయిలు కోడలుకు కొడుక్కు సర్ది చెప్పిండు. "అలాంటివి మన ఇంటా వంటా లేవు. ఆ లెక్కలద్దు రొక్కమద్దు. ఇంట్లో కూసుండి బీడీలు చేసుకో" అన్నడు కోడలితో.

"ఆ రాజకీయాలు వద్దు. ఆ తిరుగుడు, తాగుడు వద్దు. ఎంత సంపాయించినవని కాదు, ఎట్ల సంపాయించింది ముఖ్యం" అన్నడు కొడుకుతో.

గంగవ్వ కోపానికి వచ్చింది. భర్తను తప్పు పట్టింది. అందరు చేతులు ముంగట పెట్టుకుని కూసుంటే ఎట్ల బతుకుతమన్నది. ఒక్కొక్కలు మీద మీద ఎట్ల సంపాదిస్తుంౘ్రో చెప్పింది.

నారాయణ కోపానికి రాలేదు. "కరువు గదా నాయినా... ఏం పనుంది చెప్పు? ఏదో ఒక పని చేసుకోవాలె గదా. కాలం మన్నించి రేపు నాలుగు వానలు కొడితే ఇవన్నీ పోతయి. ఎవరి పనిమీద వాళ్లం ఉంటం. ఇప్పుడు ఖర్చుల కొరకైనా ఏదో ఒకటి చెయ్యాలెగదా" అన్నడు.

జెడ్పీటీసి ఎంత ఇచ్చిందీ, ఎంత ఖర్చయిందీ చెప్పిండు. మందు విందులో ఎంత మిగిలిందీ, తను ఎంత నొక్కిందీ చెప్పిండు. అక్కడికి ఇక్కడికి మందు రేటు ఎంత తేడానో చెప్పిండు.

సాయిలు ఆలోచనలో పడిండు. అది కొడుకును ఒప్పుకునే ఆలోచనో లేదా వ్యతిరేకించే ఆలోచనో కాదు. కొడుకును, కోడలును దారిలోకి తెచ్చుకునే ఆలోచన. వాళ్లిద్దరూ సాలీడు గూట్లో చిక్కుకున్నట్టుగా అనిపించింది సాయిలుకు. వాళ్లను బయటకు తెచ్చుకోవాలని, బదునాం కావద్దని అనుకున్నాడు.

సాయిలు మంచి ముహూర్తం చూసిండు. ఒర్రెలో బాయి తవ్వకం మొదలు పెట్టిండు. ఒర్రె అంటే మామూలు ఒర్రె కాదు. చిన్న సైజు వాగు. నాలుగు కాలాలు నిండుగా పారేది. ఇప్పుడు ఎండింది. దానిలో అక్కడక్కడా బాయిలు తవ్వుకున్నరు. ఎకరం, అరా కరెంటు మోటార్లతో సాగు చేసుకుంటన్నరు.

బాయిలో నీళ్లు పడితే తన రెండెకరాల్లో ఎంతో కొంత సాగు చేసుకోవచ్చు ననుకున్నడు సాయిలు. పని ఉంటే ఆ పనులు మానుకుంటారనుకున్నడు. కాని బాయి నిండా బండలు వడ్డయి. సాయిలు గుండెలో రాయి వడ్డది. పది వెయిలు నీళ్లల్ల వడ్డయి. బాయిల మాత్రం నీళ్లు వడలేదు.

గంగవ్వ మొత్తుకుంది. నారాయణ తిట్టిండు. పద్మ కోపగించింది. రాజు వద్దే వద్దన్నడు. అయినా పట్టు విడువలేదు సాయిలు. తన బాధలన్నింటికి పరిష్కారం బాయి మాత్రమే అనుకున్నడు.

క్రేన్ గుత్తకు మాట్లాడిండు సాయిలు. బాయి తెగుతున్నది. గజానికి

ఇంత అని గుత్త. లోతుకు వెళ్తుంటే మట్టి తేలుతోంది. మొరం వస్తోంది. బర్మార్ల దెబ్బలకు బండ పగులుతోంది.

ఒర్రెలో పైన రెండు మూడు బాయిలున్నయి. అందులో నీళ్లున్నయి. రెండు మూడు మడులు తడుస్తున్నయి. వాళ్లు సాయిలు బాయిని చూస్తంద్రు. ముందుగా 'ఏదో లే' అనుకున్నరు. బాయి లోతు తెగుతుంటే 'అరే' అనుకున్నరు. ఒకటి రెండుసార్లు వచ్చి తొంగిచూసింద్రు. బాయిల చెమ్మ. కండ్లల్ల చెమ్మ.

ఎప్పుడైతే బాయిల తేమ కనిపించిందో అప్పుడే అందరు భయపడ్డరు. తమ బాయిల్లోకి దిగులుగా చూసుకుని ఒకరినొకరు కలుసుకున్నరు. అప్పుడే వాళ్ల పొలాలు నాట్లు పడ్డయి. వరి కరువు మీదున్నది. పచ్చగా ఎదుగుతున్నది. పగ తీసుకోవాలని ఎదురుసూస్తున్న వెంకటాద్రి ముగ్గురినీ ఎగేసిండు.

"సాయిలు బాయిలో బండ లేదు. ఎంత లోతైనా తవ్వవచ్చు" అన్నాడు ఒకడు.

"ఆ బాయి లోతు తెగితే మన నోట్లెమన్నే... మన బాయిల ఒక్క సుక్క నీళ్లుండయి" ఇంకొకడు అన్నడు.

"ఎట్లా" మరొకడు భయపడ్డడు.

"ఏదైనా చేస్త ఇప్పుడే చెయ్యాలె. తొండ ముదిరితే ఊసరెల్లి అవుతది" మొదటి వ్యక్తి.

"ఒకటి మాత్రం నిజం. మన బాయిలల్ల అడుగున బండలున్నయి. లోతు తవ్వరాదు. వాని బాయిల బండలేదు. మనకంటే లోతు తవ్వచ్చు. అప్పుడే ఈ నీళ్లన్నీ అందులోకి పోతయి" రెండో వ్యక్తి బాధపడ్డడు.

"ఇప్పుడేం చేస్తం. మనం తోడుకున్నాం గదా. మనలెక్క వాడు" మూడో వ్యక్తి వైరాగ్యం.

"మనం తోడుకున్నది మన పట్టాభూముల్లో. వాడు తోడుతున్నది నడీ ఒర్రెలో. సర్పంచ్‌కు చెప్పితే ఏదో ఒకటి చేస్తడు. లేదంటే నిండా మునుగుతం" మొదటి వ్యక్తి ఎగేసిండు.

ముగ్గురూ వెంకటాద్రిని కలిసి, బాధ చెప్పుకుని ఏడ్చింద్రు. ఐదు పది వెయిల దాకా పెట్టుబడి పెట్టినమని పంట ఎండిపోతే బతుకలేమని మొత్తుకున్నరు.

వెంకటాద్రి అంతా విని చెవుల ఏదో చెప్పిండు. ముగ్గురూ బదులుకుని 'అంతగాదు ఇంత' అన్నరు. ఎంతో కొంత తగ్గించాలని, దయ చూడాలని అన్నరు.

"ఏమ్మార్వో మన చుట్టం కాదు. మన జీతగాడు కాదు. ఎంతో కొంత ఇత్తే ఒప్పుకోడు" తెగేసినట్టు అన్నడు వెంకటాద్రి.

ముగ్గురు మరోసారి బదులుకుని మూడు వెయిలు ఒకేచోట అప్పు తెచ్చింద్రు. మూడు రూపాయల మిత్తి, మూడు నెలల వాయిదా. వెంకటాద్రి చేతులవెట్టి దీవెనలిచ్చింద్రు. ఇంత జరగడానికి మూడు రోజులు పట్టింది.

నాలుగోనాడు ఆర్ఐ, సర్వేయర్ వచ్చింద్రు. ఒర్రెకు గెట్లు పెట్టింద్రు. ఒర్రెను కొలతలు కొలిచింద్రు. సాయిలు బాయి ఒర్రె మధ్యలో వచ్చింది. అది పొత్తుల జాగ అన్నరు. ఒర్రె ఊరందరి సొత్తు అన్నరు. ఒర్రెలో బాయి తవ్వే అధికారం ఎవ్వరికీ లేదన్నరు. సాయిలును బెదిరించింద్రు.

ముందుగా వ్యతిరేకించినా బాయి తవ్వుతుంటే వెంట వచ్చింది గంగవ్వ. బాయిలో ఊటలూరుతుంటే వచ్చి చూసింది పద్మ. బాయిలోకి దిగి తట్టపార పట్టిండు నారాయణ. రెండెకరాల పొలం సాగు అవుతుందని, ముందటి లెక్కన పంట తియ్యవచ్చని కలలు కన్నడు. సాయిలు ఏదీ ఆలోచించలేదు. ఇల్లు ఒక దారిన పడిందనుకున్నాడు అంతే! ఇల్లు ఇల్లంతా బాయి దగ్గరనే ఉంది.

అంతలోకే ఈ పంచాది. సాయిలు "తవ్వనే తవ్వుత" అన్నడు.

"ఎట్ల తవ్వుతవో చూస్తం" అని వాళ్లు అన్నరు. నలుగురు కొట్లాడింద్రు. వాళ్లు ముగ్గురు, సాయిలు ఒక్కడు. గడ్డ మీది మన్నునంతా బాయిలకు తోసింద్రు. అడ్డంబోతే సాయిలును తోసింద్రు.

ఇది తెలిసి నారాయణ బాయికాడికి పరిగెత్తిండు. అక్కడి నుంచి వాళ్ల కొడుకులు వచ్చింద్రు. వీళ్లు ఇద్దరయింద్రు. వాళ్లు ఆరుగురయింద్రు. తిట్టుకొని, తిట్టుకొని ఇంటికి వచ్చింద్రు. రాత్రికి రాత్రి ఆ ముగ్గురు, ముగ్గురు కొడుకులతో బాయి దగ్గరికి పొయింద్రు. తెల్లారేసరికి బాయి బాయిలా లేకుండ చేసి మన్ను నింపింద్రు. ఇక లాభం లేదనుకుని నారాయణ జెడ్పీటీసికి ఫోన్ చేసిండు. అతడు వచ్చి చూసి, "చాలా అన్యాయం. కేసు పెట్టితీరాలి. ఎస్సైని పంపిస్తాం. ఎంట నేనుంట, భయపడకు" అని భరోసా ఇచ్చిండు.

వెంకటాద్రి ముగ్గురు రైతులను ఎగేసి మూడు ఎండ్రిన్ డబ్బాలిచ్చి ఏం చెయ్యాలనో చెప్పిండు. ఎంట నేనుంటానన్నాడు.

ముగ్గురు రైతులు జెడ్పీటీసీకి అడ్డం తిరిగిండ్రు. బాయి విషయంలో జోక్యం చేసుకోవద్దని, చేసుకుంటే ఎండ్రిన్ తాగి చస్తమన్నరు. ఒకడు మూత తియ్యనే తీసిండు. ఒకడు డబ్బా ఎత్తనే ఎత్తిండు. ఒకడు నోరు తెరువనే తెరిచిండు. ఒకడు పోసుకుంటనన్నడు.

కథ అడ్డం తిరుగుతోందని తెలిసిపోయింది సహదేవరెడ్డికి. వాళ్లని సముదాయించిండు. బాగా నచ్చజెప్పి కారు ఎక్కిండు. అతడు కాళ్లల్ల వణుకు పుట్టింది. వెనక్కి గూడా తిరిగి చూడలేదు. సక్కగా ఊరికి పోయిండు. పోలీసు లేదు, కేసు లేదు. కొట్లాట లేదు. రెడ్డికి కరువు రాజకీయ పాఠం చెప్పింది.

ఈ సంఘటనతో సాయిలుకు ఐదారు వెయిల అప్పయింది. కండ్ల ముందు బాయి కుప్పగూలింది. తన కొడుకు వాళ్లను ఏదో ఒకటి చేస్తడని, వాళ్లకు తగిన బుద్ధి చెప్పకుండా విడువడని అనుకుంటున్నాడు.

నారాయణకు ఫోను బిల్లు వంద దాటింది. జెడ్పీటీసి ఏదో చేస్తాడనుకుంటున్నాడు కానీ, ఆ జెడ్పీటీసి మాత్రం అన్నీ మరిచిపోయిండు. రైతులే కండ్ల ముందు కదులుతున్నారు. నీటి కరువు గుర్తుకొచ్చింది. ఏదో చేయాలనుకున్నడు. తనకిక ఈ ఊరిలో తిరుగే లేదనుకున్నడు. కరువుతో ఆడుకోవాలనుకున్నడు. కరువుతో జనాన్ని కదిలించాలనుకున్నాడు. ఎమ్మెల్యేకే ఎసరు పెట్టాలనుకున్నాడు. వెంకటాద్రి మాత్రం గల్ల ఎగిరేసిండు. రెడ్డికి ఊర్లె పుట్టగతుల్లేవని ఎమ్మెల్యేకు చెప్పిండు.

నర్మాల ప్రాజెక్టు నైజాం కాలంలో కట్టింది. మూడు మండలాలకు, మండలానికి పద్దెనిమిది ఊర్ల చొప్పున యాభై నాలుగు ఊర్లకు, ఊరికి రెండు మూడు వందల ఎకరాల చొప్పున రెండు లక్షల ఎకరాలకు సాగునీరు, తాగునీరు అందించేది. చెరువులు, కుంటలు నింపి, కాలువలు తడిపేది.

ప్రాజెక్టుకు రెండు వాగులు. ఒకటి కూడెల్లివాగు – మెదక్‌జిల్లా నుంచి వస్తుంది. రెండోది పాల్వంచ వాగు – నిజామాబాద్ జిల్లా నుంచి వస్తుంది. రెండు వాగుల నిండా చెక్‌డ్యాములే. ఎక్కడివక్కడ కట్టలేసి, పారకుంటజేసి ప్రాజెక్టు నిండకుండా చేసిండ్రు.

ఈ విషయాన్ని పట్టుకున్నడు సహదేవరెడ్డి. నర్మాల పరిరక్షణ కమిటీ అనేది పెట్టి ఊరూరా తిరిగిండు. జీపులో మైకు పెట్టి తిప్పి అందరినీ జమకట్టిండు. గ్రామకమిటీలు పెట్టి తర్వాత బహిరంగ సభ పెట్టిండు.

వక్తలు మాట్లాడింద్రు. కరువు ఎందుకు వచ్చిందో చెప్పింద్రు.

ఒక వక్త లేచి "ప్రజలారా, కరువు పీడితులారా" అన్నడు.

"అటు నిజాంబాద్ ఎమ్మెల్యే, ఇటు మెదక్ ఎమ్మెల్యే అసెంబ్లీలో కొట్లాడి ఫండ్స్ తెచ్చుకున్నరు. వాగుకు ఆనకట్టలు కట్టుకుని పారేనీళ్లను ఆపుకున్నరు. తమ చెరువులను నింపుకుని మన చెరువులను ఎండబెట్టింద్రు. వాళ్ల ఎమ్మెల్యేలు కొట్లాడి, పనిచేసి చెరువులు నింపుకుంటే మన ఎమ్మెల్యే ఏం జేస్తండు...? ఒక్కమాట మాట్లాడిండా..? చెక్ డ్యాంలు వద్దన్నడా...? చెరువులు నింపుతానన్నడా...? ఏదీ లేదు. హైదరాబాద్‌కు పోయి పన్నడు" అంటూ పెద్ద ఉపన్యాసమిచ్చిండు.

అందరూ చప్పట్లు కొట్టింద్రు. ఒకరి తర్వాత ఒకరు ఎమ్మెల్యే మీద విరుచుక పడ్డారు. అసెంబ్లీలో ప్రాజెక్టు గురించి మాట్లాడనే లేదని, రాజీనామా చెయ్యాలని డిమాండ్ చేశారు. చెక్‌డ్యాంలను అడ్డుకోకపోవడం సిగ్గుచేటన్నరు. మాట్లాడి, పాటలు పాడి ఎమ్మెల్యేను బదునాం జేసింద్రు.

చెక్‌డ్యాం వల్లే ప్రాజెక్టు నిండలేదని, అందుకే కరువు వచ్చిందని, కరువుకు కారణం ఎమ్మెల్యే అని ప్రజలంతా అనుకున్నరు. నమ్మింద్రు.

చివరగా మాట్లాడిన సహదేవరెడ్డి "మీ కొరకు ప్రాణాలిస్త. మానేరు నింపుత. మీరు నా వెంట ఉండాల. అందరికి సేవ జేస్త" అంటూ ఎవరేం మోసం చేసింద్రో చెప్పిండు.

"మీరంతా ఎప్పుడు పిలిస్తే అప్పుడు, ఎక్కడికి పిలిస్తే అక్కడికి రావాల. అందరి మద్దతు ఉంటే గోదావరీ నదీ జలాలను మీ వాకిట్లకు తెస్త. వాటితోని మీ వాకిళ్లలో సానుపు సల్లుతా" అన్నడు. మంచి మాటకారి. పెద్ద పెద్ద డైలాగులు కొట్టిండు. జనాలు డైలాగులకు సప్పట్లు కొట్టింద్రు. మీటింగు అయిపోయింది.

ఈ ముచ్చట తెలిసి ఎమ్మెల్యే అరికాలిమంట నెత్తికెక్కింది. జనాలు తప్పు పట్టిరి, ఎట్లా...? అనుకున్నడు. సర్పంచ్‌లను జమచేసి మీటింగ్‌లు పెట్టిండు. పేపర్‌కు స్టేట్‌మెంటిచ్చిండు. పనికి ఆహారం పనులని ప్రజల భాగస్వామ్యమని,

ముప్పయి శాతం మీది, డెబ్బయి శాతం మాదని, శ్రమదానమని, సందు సందుకు సిమెంటు రోడ్లని, ఊరు ఊరికి మట్టి రోడ్లని... ఎన్నెన్నో చెప్పిండు. రెడ్డి మాటలు విన వద్దన్నడు. నీరు, మీరు అన్నడు. ఊరూరుకు పొక్లెయిన్ పంపిండు. చెరువులకు పూడికలు తీసిండు. లారీలకు లారీలు బియ్యం దిగినయి. కొందరి జేబులు నిండినయి.

ఊరూరు తిరిగిండు ఎమ్మెల్యే. ఎంట పోలీసులున్నరు. అన్నల భయముంది, వద్దన్నరు. ఎమ్మెల్యే వినలేదు.

"అందరూ నావాళ్లే. నేనే ఒక అన్న" అన్నడు. మానేరు నింపుతానంటూ హల్‌చల్ చేసిండు. నెలరోజుల్లో అక్కడి గాలి ఇక్కడికి తిరిగింది. ఊర్లె సర్పంచ్ వెంకటాద్రి గల్ల ఎగిరేస్తే, నారాయణ మొఖం వాలేసిండు.

సాయిలు బాయి... బాయి లెక్కనే ఉంది. ఇంకోనాడు సాయిలు బాయి మొదలుపెట్టిండు. అది చూసిన ముగ్గురు రైతులు ఎమ్మార్వోను కలిసి, "ఆ బాయి సాయిలు సొంత భూమిలో లేదు. అది తవ్వితే మా బతుకు ఆగమైతది. మేమంతా ఒకే చెట్టుకు ఉరి పెట్టుకుని చస్తాం. బాయి ఆపించండి" అని మొరపెట్టుకున్నారు. ఎమ్మార్వో కారోబార్‌కు ఫోన్ చేసిండు.

కారోబార్ సాయిలును పిలిపించుకుని "తవ్వుకుంటే నీ స్వంతం జాగలో తవ్వుకో. ఒర్రెల మాత్రం వద్దు. మాట వినక తవ్వితే కోర్టు కేసు అయితది" అన్నడు. వెంకటాద్రి తెర వెనుక ఉన్నడు.

నారాయణ అంతా విని "ఎక్కడికైనా రానీ బాయి తవ్వుడు తవ్వుడే. కింది కోర్టు, కాదంటే మీది కోర్టుకు వెళ్తా. స్టే తెస్తా" అన్నడు.

సాయిలుకు మాత్రం భయమయింది. కేసులు కోర్టులంటే వణుకు పుట్టింది. ఒకటి చేస్తే ఒకటి అయిపాయె. హనుమంతున్ని చెయ్యబోతే కోతి అయిపాయె. గిదంతా ఎటుపోయి ఎటు తిరుగుతదో అనుకున్నడు. పొలంలోనే బోరు వేయాలనుకుని కొడుక్కు, భార్యకు బాయి వద్దని చెప్పిడు.

భార్య, కొడుకు, కోడలు - ఎవరూ సాయిలు మాటను ఒప్పుకోలేదు. అయినా బోరుబండి తెచ్చి బోరు వేసిండు. మూడు వందల ముప్పయి ఫీట్లు. సుక్క నీళ్లు లెవ్వు. మన్ను, బురద, దుమ్ము. పది వెయిల ఖర్చు. సాయిలు నోరు తెరిచిండు. పది వెయిల రూపాయలు అగ్గిలో వేసినట్టయింది. కొందరు

బాధపడ్డరు. కొందరు సంతోషపడ్డరు. కొందరికి కండ్లల్ల నీళ్లు కారినయి. కొందరి కండ్లు సల్లవడ్డయి.

సాయిలుకు ఆ ఖర్చు ఈ ఖర్చు ఇరువై వెయిలు నిండినయి. ఇంట్లో అందరూ తిట్టుడేగాదు, పొయ్యి మీద కుండలేదు. ఎవలూ పచ్చి మంచినీళ్లు ముట్టలేదు. ఎంత పనిజేస్తివి...? లేని అప్పు పెడితివని ఒకరినొకరు తిట్టుకున్నరు.

"పోచమ్మ కూడవెడితే మైసమ్మ మాయం జేత్తది. నేను పైస పైస కూడవెడుత. మీరు మాయం చేయింర్డి" అన్నది కోడలు. సాయిలు మనుసు చిన్నబుచ్చుకున్నడు.

సాయిలు బిడ్డ శాంతకు ఈ విషయం తెలిసి 'అయ్యో నాయినా' అనుకుంది. ఆమెకు ఏడేండ్ల కొడుకు. భర్త గల్ఫ్ పోయిండు. మామ సచ్చిపోయిండు. అత్త దగ్గరనే ఉంటంది. ఆమెకు చెప్పి పుట్టింటికి పోయి తండ్రిని వాటేసుకుని ఏడ్చింది.

కష్టం సుఖం మాట్లాడుకున్నరు. ఎతలు కతలు చెప్పుకున్నరు.

"అక్కా... వేణుగాన్ని తోలుక రావద్దానే" రాజు అడిగిండు.

"నిజం వదినే... వేణును తోలుక రావద్దా... రెండు రోజులుండి పోదురు. అన్న మస్కట్ పోయిండంటే ఇటు వస్తనే లెవ్వు" పద్మ అన్నది.

"తోలుకస్తు వదినే. అన్న పోకముందు తెలుగు మీడియం మూడోది సదివిండు. అటు పోయినంక ఇంగ్లిష్ మీడియాలకు పంపుమన్నడు. మొన్నటి నుంచి ఇంగ్లిష్ బడికి పంపిస్తన్న. ఒక్కరోజు గూడా బడికి తప్పియ్యద్దన్నడు సారు. మొన్న మా అత్తకు పాణం బాగోగుకుంటే వారం రోజులు దవఖాన్ల వుంటే పొద్దు మాపు ఇంటికి దవఖానకు తిరిగిన గనీ ఒక్కనాడు బడికి తోలక ఉండలేదు" అన్నది శాంత.

"ఆ... వాడు సదివి బండ్ల మీద ఎత్తుకత్తడు. నువ్వు తింటవు తియ్యి" యాష్టగా అన్నది గంగవ్వ.

శాంత భర్త రాములు మీదికి సంభాషణ మళ్లింది.

"రాములు కారట్లు రాస్తుండా బిడ్డా..." సాయిలు అడిగిండు.

"కారట్లు రాయడు నాయినా... శుక్రవారం శుక్రవారం ఫోన్ జేస్తడు. మా ఇంటి ముందు గౌండ్లోళ్ల ఇల్లు లేదా... వాళ్లింటికి ఫోన్ జేస్తడు. వాళ్లు మంచోళ్లు. ఫోన్ రాంగనే వచ్చి చెప్పుతరు" చెప్పింది శాంత.

"చెల్లే... బావను విజా ఉంటే పంపుమను. ఇక్కడ బతుకం. రెండు మూడేండ్లు పోతెనే దరిద్రం పోతది" అన్నాడు నారాయణ.

"బావ మొన్ననే గదా పోయింది. ఎక్కడ పంపుతడు...? నువ్వు పోతనంటే చెప్పు. బావను తోలిన గొల్ల బాలయ్య దగ్గర రెండు విజాలున్నయట. లక్ష పది వెయిలంటండు. మనకైతే లక్షకు ఇస్తడు" శాంత అన్నది.

నారాయణకు ఆశ పుట్టింది. వివరాలు జీతం తెలుసుకున్నడు. ఏ దేశమూ, ఎప్పుడు పోవుడూ అంతా తెలుసుకోమని చెప్పిండు శాంతకు. శాంత సరేనన్నది. మస్కట్ పోతే మంచిదే అన్నది.

సాయిలుకు ఇష్టమే కనుక మౌనంగా ఉన్నడు. గంగవ్వకూ మనసులో ఎప్పటి నుంచో ఉంది గానీ పైకి చెప్పలేకపోయింది. ఇప్పుడు ఆమెకు గూడా సంతోషమే. అందుకే మౌనంగా ఉంది. రెండు మూడేండ్లు పోతే పోనీ అనుకుంది.

పద్మకు మాత్రం గుండె కొట్టుకుంది. భయం భయంగా ఉంది. భర్తవైపు కోపంగా చూసింది. ఏం మాట్లడాలో తెలీక ఆమె కూడా మౌనంగా ఉంది.

అందరి మౌనం అంగీకారమైంది. రాత్రి కల్లు, కోడీ తిన్నరు. తాగింద్రు, పొద్దున శాంత వెంట సాయిలు వెళ్లి ఆమెను ఇంటివద్ద దింపిండు. గొల్ల బాలయ్యను కలిసి వివరాలన్నీ తెలుసుకున్నడు.

"దుబాయి పంపిస్తే పగారు ఎక్కువ ఏసీ హెూటలుల క్లీనింగ్ పని. తిండి కంపెనీదే. కంపెనీ మంచిది. రెండేండ్ల కొకసారి రెండు నెలల చుట్టి" అని చెప్పిండు.

"గ్రూపు విజా కాదు, పేరు విజా. సరిగ్గా నెల తర్వాత ఫ్లైటు ఎక్కుడే. ఇష్టమైతే పాస్‌పోర్టు, ఇరువై ఐదు వెయిల రూపాయలు ఇయ్యి" అన్నడు.

వారంలో పైసలు, పాస్‌పోర్టు తెస్తనని వచ్చిండు సాయిలు.

ఇంటి దగ్గర పద్మ అలిగింది. భర్తకు నచ్చజెప్పాలని చూసింది. ఒక్క బిడ్డ సాదుకోలేమా? అయినా మనకేం ఖర్చు? ఎందుకు పోవుడు? నువ్వు

పోతే నేను బతుకనే బతక" అన్నది. చెప్పే మాటలన్నీ చెప్పింది.

నారాయణ వినలేదు. "పోవుడు పోవుడే. ఇక్కడుంటే ఎట్ల బతుకుతం? నాలుగేండ్లు పోతే జీవితాంతం బతుకవచ్చు. ఎందరు పోతలేరు. ఎందరు వత్తలేరు" అన్నడు.

పద్మ తిండి మానేసింది. మాట మానేసింది.

"ఏమైందక్కా... ఉషారుగుండేదానవి. మొఖమంతా గుంజుకపోయింది" గ్రూపులో లెక్కలు చేస్తుంటే కొందరు అడిగింద్రు.

అమ్మమ్మ వరుస ఉన్నవాళ్లు "పొల్ల నీళ్లు పోసుకుందేమో" అని పరాచిక మాడింద్రు. అదేం లేదని కొట్టి పారేసింది పద్మ. శోభకు మాత్రం మనుసొప్పలేదు. ఏదో జరిగి ఉంటుందనుకుంది.

"వదినే... ఏమైంది? ఏమన్నా కొట్లాటలయినయా..." అని అడిగింది. జరిగిన విషయం చెప్పింది పద్మ. శోభ నవ్వింది. ముందుగా నమ్మలేదు. ఆమెకు విచిత్రమనిపించిది. ఎంతమంది పోతలేరు, ఎంతమంది వస్తలేరు అనుకుంది. పైకి మాత్రం బాధపడుతున్నట్టుగా "నిజం వదినే... ఒక్క గంటసేపు కండ్ల ముందు లేకుంటే ఎటువాయె... ఎటు వాయె అనిపిస్తది" అన్నది.

గ్రూపు లెక్కలు అయినయి. ఇద్దరూ మాట్లాడుకుంటూ కూర్చున్నారు. అన్ని వివరాలు అడిగింది శోభ. పద్మ చెప్పింది. రెండు విజాలున్న సంగతితో సహా. ఆడబిడ్డ విజా గురించి చెప్పిన సంగతులన్నీ చెప్పింది.

శోభ ఆలోచించి ఇంకో విజా తీసుకుంటే సరే అనుకుంది. మస్కట్ పోయి ఎందరో, ఎంతో డబ్బు సంపాయించుకుంటంద్రు. రెండేండ్లంటే ఎంతసేపు...? కండ్లు మూసి తెరిస్తే సరే అనుకుంది. బాల్‌రాజ్‌కు చెప్పాలనుకుంది.

ఈ మాట ఆ మాట మాట్లాడుకునేసరికి పొద్దుపోయింది. ఇంట్లో బాల్‌రాజు లేడు. మల్లయ్య గూడా లేడు. పద్మను తీసుకపోను నారాయణ వస్తుండె. లేకుంటే సాయిలు వస్తుండె. ఇద్దరు లేకుంటె రాజు వస్తుండె. ఈ రోజు ఎవరూ లేరు.

"తోడు నేను వస్తానక్కా..." శోభ మరదలు కవిత అన్నది.

"మళ్లీ ఒక్కదానివి నువ్వెట్ల వస్తవు" శోభ అడిగింది కవితను.

"అక్క వస్తది" నవ్వింది కవిత. ఇంటర్ సెకండియర్ చదువుతున్న కవిత ముద్దబంతి లెక్క ఉంటది. నవ్వితే చెంపలు గుంతలు పడుతాయి. పుస్తకాలకంటే అద్దాన్నే ఎక్కువ చూస్తది.

"ఇంట్లో ఎవరో ఒకరు ఉంటరు. తోడు పంపిస్తలే. చీకట్లో అంత దూరం పోవాలంటే నాకు భయం. కుక్కలు గూడా మొరుగుతయి" పద్మ అన్నది.

శోభ కవితను వెళ్లమంది. ఆమె భయం ఆమెకు. రాతపూతలన్నీ పద్మనే రాస్తది. లెక్కలన్నీ ఆమెనే చేస్తది. శోభ నామ్‌కే వాస్తే కూర్చోవడం. రిజిష్టర్లలో సంతకాలు చేయడం. అంతే!

నెలకు సగం పైసలు రానేవట్టె. ఇబ్బంది పెడితే ఎక్కడ మానేస్తుందోనని భయం. మానేయకపోయినా గ్రూపులన్నింటిని ఎక్కడ తన ఇంటికి రమ్మంటుందో నని భయం. అందుకే మాట మీరదు శోభ.

పద్మ, కవిత ఇంటికి బయలుదేరింద్రు. తొవ్వంతా చీకటి. అక్కడక్కడ వీధిలైట్లు లేవు. ఉన్నయి వస్తూ పోతున్నయి. మెరుపు మెరిసినట్టుంది. ఇండ్లల్లో టీవీ శబ్దాలు, సగానికి పైగా తలుపులు మూసుకున్నయి. ఎక్కడో బ్యాండు చప్పుడు. పెండ్లి బారాత్ తీస్తంద్రు. పోరగాండ్లు కేకలు వేస్తంద్రు. కుక్కలు మొరుగు తున్నయి.

ఇద్దరూ ఇంటికి చేరుకున్నరు. ఇంట్లో నారాయణ, సాయిలు లేరు. కవిత వెంట రాజును పంపింది పద్మ. అతడు అర్ధరాత్రి దాకా తిరిగి రాలేదు. గంగవ్వ భయపడుతూ, నారాయణను పంపింది. రెండు రౌండ్లు ఊరంతా తిరిగిండు నారాయణ. రాజు జాడ కనిపించలేదు.

నారాయణకు అనుమానం వచ్చి పెండ్లి బారాత్ దగ్గరికి పోయిండు. అక్కడ బ్యాండు మోగుతోంది. ఇరువై ముప్పయి మంది పిల్లలు డ్యాన్సులు చేస్తంద్రు. సారా పొట్లాలు అందుతున్నయి. సారా తాగుతున్నరు. వెనుక వున్న కారులో పెండ్లి పిల్ల, పిల్లవాడు ఉన్నరు. పిల్ల నిద్రపోయింది. పిల్లవాడు చూస్తున్నడు. గుంపులో ఉన్న రాజు కూడా ఎగురుతున్నడు.

నారాయణ రాజును చూసినా అతడు మాత్రం నారాయణను చూడలేదు. చూసినా గుర్తుపట్టే స్థితిలో లేడు. తాగి ఉన్నడు. 'మాయదారి మైసమ్మో... మైసమ్మ' అనే పాటకు నలుగురైదుగురు దుమ్ము లేపుతుంద్రు. రాజు గూడా

ఎగురుతండు.

నారాయణ కోపంగా రాజు చెయ్యిపట్టి బయటకు లాక్కుని వచ్చి నాలుగు తిట్టిండు. అవేవీ రాజుకు వినిపించలేదు. చేయి విదిలించుకుని నారాయణకేసి చూసిండు. కండ్లు ఎర్రగా, కోపంగా ఉన్నయి.

"అరేయ్... నీకేమన్న బుద్ధి ఉందారా... ఇంట్ల మేము ఎదిరి చూస్తన్నం. నువ్వు ఇక్కడ ఎగురుతున్నవు. ఏం ఎగురుడు? ఏం తాగుడూ" అన్నడు.

ఆ మాటలు రాజుకు అర్థంకాలేదు. నువ్వెంత అన్నట్టు చూసిండు. గుంపు ఎగురుతనే ఉంది. బ్యాండు తీన్‌మార్ మోగుతనే ఉంది. సారాసీసలు, కల్లుసీసలు చేతులు మారుతనే ఉన్నయి.

"రాజూ... రారా బేకూ... అక్కడే ఉన్నవు" మందిలోంచి సంతోష్ కేక.

సంతోష్ పెండ్లి పిల్లగాని తమ్ముడు. దుబాయిలో పనిచేస్తుండు. అక్కడ లేబర్ పని. ఇక్కడ మాత్రం ఫోర్‌మెన్ పని అని చెప్పుతడు. రెండేండ్లకు ఒకసారి వచ్చి రెండు నెలలు ఉంటడు. ఉన్నన్ని రోజులు ఊరును ఆగంజేస్తూ పోరగాండ్లను వెంట ఏసుకుని తిరుగుతడు. ఒకటే తినుడు, తాగుడు.

రాజు చేతిని విదిలించుకుని గుంపు వైపు నడిచిండు. నారాయణకు కోపం వచ్చింది. వెనక్కి గుంజి చెంపమీద రెండు గుంజిండు. రాజు తిక్కగా చెయ్యి లేపిండు. ఇద్దరూ ఒకరినొకరు తోసుకుంటూ కుస్తీ పట్టిండ్రు. ఎవరో వచ్చి విడగొట్టిండ్రు. బ్యాండు ఆగిపోయింది. అన్నదమ్ములిద్దరూ విడిపోయిండ్రు. నారాయణకు అవమానం అనిపించి తిట్టుకుంటూ ఇంటికి వచ్చిండు.

రాజు ఎప్పుడు వచ్చిండో తెలువది పొద్దున లేచి చూస్తే మాత్రం అరుగుమీద వాకిట్ల పండుకున్నడు. సోయిలేదు, శుద్ధిలేదు. బట్టల నిండా దుమ్ము, నెత్తి నిండా దుమ్ము. ముఖం ఉబ్బి ఉన్నది. గంగవ్వ వచ్చి లేపింది. కానీ, రాజు లెవ్వలేదు. సాయిలు మగ్గునిండా నీళ్లు తెచ్చి మొఖం మీద కొట్టిండు.

దాంతో లేచిండు. కానీ కళ్లు తెరువలేదు. ఇంట్లకు పోయి మలుసుకుని పన్నడు. పొద్దు వంగేదాక లెవ్వలేదు. లేస్తూనే తానం జేసి తిని తయారయిండు. రిమోట్ అందుకుని కొంతసేపు చానల్స్ తిప్పిండు.

"ఈనికి స్టార్ స్పోర్ట్స్ చానల్ పెట్టుమన్న. పెట్టనే లేదు. నెలకు యాభై వసూలు జేత్తండు" అంటూ కేబుల్ వాన్ని తిట్టుకుని రిమోట్‌ను దూరం

విసిరేసిండు. క్రాపును మరోసారి దూసుకుని బయటకు వచ్చి బజార్ ఎక్కిండు. ఇదంతా ఓరకంట చూస్తనే ఉన్నడు నారాయణ.

అన్నదమ్ములిద్దరూ కుస్తీ పట్టిన సంగతి తెల్లవారిగానీ ఇంట్లో తెలువలేదు. అందరూ మౌనంగా, సీరియస్‌గా ఉన్నరు. సాయిలు మొఖంలోనైతే రక్తం చుక్క లేదు. 'అంతా ఎట్ల గావట్టె' అనుకున్నడు.

విజా ఉందని పద్మ చెప్పినప్పటి నుంచి శోభకు మనసు మనసున లేదు. ఆలోచిస్తంది. భర్తకు చెప్పుతంది. యాభై వేయిల వరకు తన తండ్రిని అడిగి తెస్తానంటోంది. రెండేండ్లు పోతే కూసుండి తినవచ్చునంటోంది.

బాల్‌రాజు వింటలేడు. మందు అమ్మేటప్పటి నుంచి కొద్దిగా మందు అలవాటయింది. రాత్రి కాగానే మందు తాగుతండు. ముసుగు తన్నుతండు. విజా పేరెత్తితేనే బుస్సుమంటండు. మల్లయ్యకు గూడా ఇష్టం లేదు. అలాగని పోవద్దని వ్యతిరేకత గూడా లేదు. 'వానిష్టం, వాని బుద్ధి' అంటండు.

బాల్‌రాజ్‌కు ఈ ఆలోచనే లేదు. సర్పంచ్ వెంట తిరుగుతున్నడు. సర్పంచ్ కొత్త స్లెండర్ బండిమీద తిరుగుతున్నడు. ఈ మధ్య రిటైర్మెంట్‌కు దగ్గర ఉన్న కొత్త ఎండీఓ వచ్చిండు. ఆయనకు ఇంకా ఇద్దరు బిడ్డలు పెండ్లీలకు ఉన్నరు. రెండు చేతుల సంపాయించాలనుకున్నడు. కరువు బియ్యం లెక్క కాయిదాల మీదనే ఉంది. పని మాత్రంలేదు. ఊరికి వచ్చినరెండు లారీల పని బియ్యం మాయమయినయి. ఎవరికి ఎంత ముట్టిందో కానీ సర్పంచ్‌కు కొత్త బండి ముట్టింది.

ఎమ్మార్వో కొత్త పిల్లగాడు. డైరెక్టు అపాయింట్‌మెంట్. వచ్చిన కొత్తలో హల్‌చల్ చేసిండు. ఒక్క పైస తినలేదు. ఎవలనూ తిననియ్యలేదు. అడుగు కదలనియ్యలేదు. మండలమంతా కీసు కీసుమన్నరు. అందరూ ఎమ్మెల్యే దగ్గర మొరపెట్టుకున్నరు. ఎమ్మెల్యే ఎమ్మార్వోను మార్చాలని చూసిండు. ట్రాన్స్‌ఫర్ చెయ్యాలనుకున్నడు. పని కాలేదు. ఎమ్మార్వోకు కలెక్టర్ దగ్గర మంచి పేరుంది. ఎట్లా చేయాలె అనుకున్నడు ఎమ్మెల్యే.

ఏ సమస్యకైనా పరిష్కారముంటది. ఎవరికైనా బలహీనతలుంటయి. అక్కడ దెబ్బ కొట్టాలనుకున్నడు ఎమ్మెల్యే. ఎమ్మార్వో బలహీనత ఏమిటో కనిపెట్టుమని సర్పంచ్‌లకు చెప్పిండు.

సర్పంచ్‌లందరు ఎమ్మార్వో వెంటపడ్డరు. కొందరు లంచం ఇయ్యాలని చూస్తే పైసలు తీసి మొఖాన కొట్టిండు. కొందరు మందు తాగియ్యాలని చూస్తే చాయ తప్ప ఏదీ తాగనన్నడు. కొందరు విందుకు పిలిచింర్రు. ఎమ్మార్వో తల అడ్డగా ఊపిండు.

మిగిలింది ఒకే ఒక్క పొందు. అది గూడా ట్రై చేసింర్రు. ఎమ్మార్వో తొణకలేదు, బెణకలేదు. ఆ పని తన ఇంటా వంటా లేదన్నడు. పనులు సక్రమంగా చెయ్యాలన్నడు. అందరి మొఖాలు నల్లవడ్డయి. అందరికీ యముడై కూర్చున్నడు. జన్మభూమి మీటింగులలో ఒక్కొక్కరిని దుమ్ము దులుపుతండు. ఉరికిత్తండు. ఉతికి అరేత్తండు.

మనిషి హైటూ, పర్సనాలిటీ ఉన్నడు. దానికి తోడు ఇంగ్లిషులో ఆగకుండా మాట్లాడుతడు. ఎమ్మార్వో వత్తండంటేనే భయం పట్టుకుంటోంది. అందరి మొఖాల్లో టెన్షన్. అతడి నీతి నిజాయితి గురించి అందరికీ తెలిసిపోయింది. ఎక్కడ ఏ అవినీతి జరిగినా ఎమ్మార్వోకు ఫోన్ పోతుంది. ఎక్కడ అన్యాయం జరిగినా ఎమ్మార్వోకు అప్లికేషన్ పోతుంది. వృద్ధాప్య పింఛన్లు, రేషన్‌కార్డుల నుంచి సి.సి రోడ్లదాకా అప్లికేషన్లు పోతున్నయి. ఫిర్యాదులు అందుతున్నయి. వాటిని వీలైనంత వరకు ఎంక్వయిరీ చేస్తండు.

ఈ విషయం పోశాలుకు తెలిసి మండలానికి పోయిండు. కాగితం తీసుకుని దేవేందర్‌రెడ్డి మీద ఫిర్యాదు రాసిండు. ఆర్యా! అని సంబోధిస్తూ విషయం రాసిండు. నీటి సరఫరాలో అక్రమాల గురించి, ఎన్ని ట్రిప్పుల నీళ్లు జారవేసేది, ఎంత బిల్లు తీసుకునేది తేడా ఎంతనో రాసిండు. ఎవరి చేతులున్నయో రాసిండు. కాపీ టు ద కలెక్టర్, కాపీ టు ద ఆర్డీఓ అని రాసి, ఎమ్మార్వో చేతికిచ్చిండు.

ఎమ్మార్వోకు ఏ ఊరి నుంచీ ఈ ఫిర్యాదు రాలేదు. ఇదేదో కొత్త కేసు అనుకుని వెంటనే ఊరికి వచ్చిండు. గ్రామ పంచాయతీలో కూసున్నడు. సర్పంచ్ వచ్చి నమస్తే పెట్టిండు. గ్రామ కార్యదర్శి వచ్చిండు. అతగానిది పక్క ఊరు. పక్క మండలం. ఇంతకు ముందు సుంకరి పని చేసిండు. ప్రమోషన్ మీద సెకరెట్రీ అయిండు. పదవి మారింది. కానీ గుణం మారలేదు. వంగి వంగి దండం పెట్టిండు. అందరికీ కుర్చీలు సదిరి బట్టతో కుర్చీలు దులిపిండు. తను సెకరెట్రీనన్న సంగతే మరిచిపోయిండు.

పోశాలు గూడా వచ్చి ఎమ్మార్వోకు నమస్తె పెట్టి తనను పరిచయం చేసుకున్నడు. "ఇంతకు ముందు కారోబార్ ఉండె సార్. రాసిన లెక్కలు చూపిస్తుండె. ఈ సెకరెట్రీ వచ్చిన నుండి ఏం రాస్తుండో తెలుస్తలేదు. ఏం ఇస్తుండో తెలుస్తలేదు" అన్నడు పోశాలు.

దేవేందర్‌రెడ్డి ఊర్లనే ఉన్నడు. సుంకరిని పంపితే ఊరికి పోయిండని చెప్పిండు. ఎమ్మార్వో లెక్కలు రాసుకున్నడు. రికార్డులు చూసుకున్నడు. అన్ని చూస్తుంటే కార్యదర్శికి వణుకుపుడుతోంది. సర్పంచ్ వెంకటాద్రి గుడ్లు పచ్చపడు తున్నయి. పోశాలు పెదవులు విచ్చుకుంటున్నయి.

గంట తర్వాత జీపు వెళ్లిపోయింది. పోశాలు గర్వంగా ఇంటిదారి పట్టిండు. వెంకటాద్రి సీట్లోనే కూర్చున్నడు. కార్యదర్శి వణుకుతనే ఉన్నడు. జమకూడిన ఒకరిద్దరు వెళ్లిపోయింద్రు. 'ఎట్ల... ఎంత పనైపాయె. ట్యాంకర్లల్ల వచ్చె కమీషన్ పోయే' అనుకున్నడు సర్పంచ్ వెంకటాద్రి.

అందరు వెళ్లిపోయింద్రని తెలుసుకున్నంక దేవేందర్‌రెడ్డి వచ్చి విషయం అడిగిండు. మూడు నెలల బిల్లు వచ్చేదుంది. అది సున్నా అన్నడు వెంకటాద్రి. మూడు నెలలంటే మామూలు గాదు. దగ్గర దగ్గర అరవై డెబ్బయి వెయిలు.

"ఎట్లా..?" రెడ్డి భయం.

"ఎట్లేంది... సున్నా" వెంకటాద్రి దిగులు.

"పది వెయిలిద్దాం"

"మొఖం మీద ఇసిరి కొడుతడు"

"డిన్నరిద్దాం"

"రాడు"

"ఎట్ల మరి" భయంగా అన్నడు రెడ్డి.

"నా చేతుల ఏముంది?" వెంకటాద్రి సమాధానం.

మూడు నెలలు బిల్లు రాదంటే రెడ్డికి చెమటలు పుట్టినయి. ఏ మనిషికయినా ఏదో బలహీనత ఉంటది. ఇతని బలహీనత ఏమిటో తెలుసుకోవాని ఒక్కడే మండలం పోయి ఎమ్మార్వోను కలిసిండు. ధైర్యం తెచ్చుకున్నడు. కాళ్లు మొక్కి అయినా పని చేసుకోవాలనుకున్నడు.

"నమస్తే సార్... నా పేరు దేవేందర్ రెడ్డి..."

"కూసో... నా పేరు నాగేందర్‌రెడ్డి" అన్నడు ఎమ్మార్వో.

చాయలు వచ్చినయి. తాగిండ్రు. ఈ రెడ్డి ఏదో చెప్పుకున్నడు. ఆ రెడ్డి ఏదో అన్నడు. ఇద్దరూ సుట్టాల పక్కాల గురించి చెప్పుకున్నరు. ఎక్కడనో తోక సుట్టరికం కలిసింది. అక్కడి నుంచి తవ్వుకున్నరు. ఇద్దరూ అన్నదమ్ముల వరుసయింద్రు.

ఆ రెడ్డి ఈ రెడ్డిని కొద్దిగా మందలించిండు.ఇట్ల తప్పుడు లెక్కలు రాయద్దన్నడు. ఇక ముందు ఇట్ల జరుగవద్దన్నడు. ఈ రెడ్డి సరేనన్నడు. దేనికీ లొంగని ఎమ్మార్వో నాగేందర్ రెడ్డి కులానికి లొంగిండు. ఇద్దరు దూరపు చుట్టాలయింద్రు. రెండు చేతులూ కలుపుకున్నరు.

మీసాలు తిప్పుకుంటూ దేవేందర్‌రెడ్డి ఊర్లెకచ్చిండు. ట్యాంకరు బిల్లు ఇంటికచ్చింది. ఎప్పట్లాగే ట్యాంకర్ ఊర్లె తిరుగుతుంది.

సర్పంచ్ వెంకటాద్రికి విషయం తెలువది. దేవేందర్‌రెడ్డిని పిలిచి కల్లు సీసలు, కారపొట్లం తెప్పించిండు. తాగుకుంట కూసున్నరు. సీస తరువాయి సీస నాలుగు సీసలు కడుపుల వడ్డయి. కడుపుల సంగతి బయటవడ్డది. వెంకటాద్రి సల్లవడ్డడు. అసలు సంగతి అప్పుడు తెలిసింది.

ఎండీఓ వెంకటాద్రి మనిషి. ఎమ్మార్వో దేవేందర్‌రెడ్డి మనిషి. నాలుగు రోజుల్లో వెంకటాద్రి దేవేందర్‌రెడ్డి ఇద్దరు ఒక్కటయినరు. పనులన్నీ నడుపుకుంటున్నరు. పోశాలు ఉత్త పోశాలయి నోరు తెరిచిండు. ఎక్కడ ఏం జరిగిందో అర్థం కాలేదు.

పనికి బియ్యం పథకాన్ని దేవేందర్‌రెడ్డి నోరు ఇడిసి అడిగితే ఎమ్మార్వో సరేనన్నడు. ఎండీఓకు చెప్పిండు. పాత చెరువును చూసి పని మొదలువెట్టింద్రు. ఊరు ఊరంతా కూలీకి కదిలింద్రు. లారీలల్ల బియ్యం దిగుతున్నయి. మనిషికి ఐదు కిలోల బియ్యం లెక్క. కానీ రెడ్డి మూడు కిలోలే ఇస్తండు. "బియ్యం తక్కువ వచ్చినయి. అవద్దమనుకుంటే ఎమ్మార్వోను అడుగుండ్రి" అన్నడు.

"ఇవి కరువు బియ్యం. కాళ్లు అరిగేదాక తిరిగితే ఒక్క సంచి పంపుతున్నారు. ఎవల కమీషను వాళ్లకు ఇయ్యాలె. ఇంత లెక్క అంత లెక్క అనద్దు. ఇచ్చిన కాడికి తీసుకోవాలె. ఇష్టముంటేనే రాండ్రి. కష్టముంటే పోండ్రి.

అంతేగాని నన్ను బదునాం చెయ్యకుండ్రి" రెడ్డి ముందుగనే ఖరాకండిగా చెప్పిండు.

అందరూ విన్నరు. తల ఊపిండ్రు. నోరు తెరువలేదు. ఇచ్చినంతనే తీసుకుంటుండ్రు. తట్టలు, పారలు ఎత్తిండ్రు. కానీ నోరెత్తలేదు. వీళ్ల కండలు కరుగుతున్నయి. చెరువుల బండలు కరుగుతున్నయి. కానీ దేవేందర్‌రెడ్డి గుండె కరుడుగడుతోంది. ట్రాక్టర్‌కు గూడా పని దొరికింది.

అప్పుడే ఊర్లె డీలర్ పోస్టు ఖాళీ అయింది. అది గోపాల్ పేరు మీద వుంది. గోపాల్ ఇంట్లోనే దుకాణం పెట్టిండు. కోటా వచ్చిన తెల్లారే చాటింపు చేస్తుండె. ఒకటి రెండు రోజులు పంచుతుండె. మూడవ రోజు వెళ్తే లేవని చెబుతుండె. వాడిని వీడిని బతిమిలాడి మిత్తి ఇస్తనని పైసలు దెచ్చి మళ్లీ నెల కోటా తెస్తుండె. నెలనెలా ఇదే. కైకిలి దొరికిన్నాడు కల్లు. కల్లం దొరికిన నాడు గంజి అన్నట్టు ఉంటుండె. ఊరి నిండా అప్పులే!

గోపాల్ కరెంటు మోటరు స్టార్టర్ల దొంగ. ఈ ముచ్చట ఎవరికీ తెలువది. రాత్రికి రాత్రి స్టార్టర్లను ఎత్తుకపోతుండె. కామారెడ్డికి పోయి అమ్ముకుని వస్తుండె. స్టార్టర్లు పోయినవాళ్లు మొత్తుకున్నరు. ఏడ్చిండ్రు. స్టేషన్‌లో కేసు పెట్టిండ్రు. పోలీసులు ఎంక్వయిరీ చేసిండ్రు. ఎవలనో లోపల ఏసిండ్రు. తన్నులయినయి. గుద్దులయినయి. దొంగ మాత్రం దొరుకలేదు. పోయే స్టార్టర్లు పోతనే ఉన్నయి.

ఒకసారి మాచారెడ్డి క్రాసింగ్ దగ్గర పోలీసులు పెట్రోలింగ్ చేస్తండ్రు. ఒక స్కూటర్‌ను ఆపి కాయిదాలు అడిగిండ్రు. దొరుకలేదు. కాళ్ల దగ్గర సంచి వుంది. అందులో స్టార్టర్ ఉంది. ఇది ఎక్కడిదని అడిగితే నాదే అని రిపేరుకు తీసుకుపోతున్ననని అన్నడు . అనుడు కొద్దిగా వణుకుతూ అన్నడు.

పోలీసులకు అనుమానమొచ్చి వంగవెట్టి రెండు గుంజినరు. ఇంకో రెండు చెంపమీద అంటినయి. వాడు సల్లవడ్డడు, భయపడ్డడు. కథంతా బయటపడ్డది. వాడు కామారెడ్డిలోని ఒక మెకానిక్ పేరు చెప్పిండు. మెకానిక్‌ను లోపల వేసి తొక్కితే ఏరియాకు ఇద్దరి పేర్లు చెప్పిండు. వారిలో గోపాల్ వున్నడు.

దగ్గర్లో ఉన్న స్టేషన్‌కు సమాచారం అందటంతో పోలీసులు గోపాల్‌ను పిలిచిండ్రు. ముందుగా తను దొంగనే కాదన్నా రెండు దెబ్బలు తిన్నాక ఒక్కటే

స్టార్టర్ ఎత్తుకపోయినన్నడు. ఇంకో రెండు తిన్నంక మరొకటి. రోకలిబండలు ఎక్కినంక అసలు సంగతి కక్కిండు. కేసు కోర్టుకెక్కింది. మనిషి కటకటాల ఎనకయిండు.

ఎస్సైకి ఐదు వెయిలో పది వెయిలో ఇస్తే కేసు మాఫీ అయితుండె. గోపాల్ ఇస్తనని తిరిగిండు గూడా. స్టార్టర్లు పోయిన వ్యక్తులు ఎస్పీని కలిసింద్రు. అందుకని కేసు సీరియసయి గోపాల్‌కు జైలు శిక్షపడ్డది.

గోపాల్ పేరు మీదనే భార్య ఇన్ని రోజులు నడుపుకుంది. అందరూ పాపమన్నరు. నడువని అన్నరు. చూసి చూడనట్టే ఉన్నరు. అప్పుడే కొందరి బియ్యం వచ్చే కార్డులు మారినయి. తెలుపు కార్డు గులాబి రంగయింది. బియ్యం కార్డు, చెక్కరి కార్డు అయింది. చెక్కరి కార్డు బియ్యంకార్డు అయింది. ఆ గోల్‌మాల్‌తో సర్పంచ్‌కు కార్యదర్శికి సంబంధముంది. ఇంతో అంత ఎంపీటీసికి, ఇంకొందరు పెద్దమనుషులకూ ఉంది. కానీ గోపాల్ భార్యకు గీ సంగతి తెలువనే తెలువది.

వాళ్లు బియ్యానికి వచ్చింద్రు. ఈమె కార్డు అడిగింది. వాళ్లు లేదన్నరు. ఈవిడ గూడా బియ్యం లేవన్నది. మొన్న ఇచ్చినవు గదా అని వాళ్లు. మొన్న కార్డు ఉంది అని ఈమె. మా కార్డు మారిందని వాళ్లు. నాకు అవేవీ తెలువదనీ ఈమె. వాళ్లు బియ్యమన్నరు. ఈమె కార్డన్నది.

జనం బగ్గుమన్నరు. లొల్లి, కొట్లాట, బొబ్బ. అప్పుడు అసలు విషయం బయటకు వచ్చింది. డీలర్‌షిప్ గోపాల్‌పేరు మీదుంది. వాడు జైలులో వున్నడు. వాని పేరు మీద క్యాన్సల్ కావాలన్నరు. నేరస్థుని పేరు మీద డీలర్ షిప్ ఉండ రాదన్నరు. వెంటనే నాయకులు తయారయింద్రు. ఆర్‌డీఓకు, కలెక్టర్‌కు అప్లికేషన్‌లు పంపుకున్నరు.

అట్లా డీలర్‌షిప్ ఖాళీ కావడంతో ఊర్లె నుంచి ఇరువైమంది అప్లికేషన్‌లు పంపుకున్నరు. వాళ్లలో పదిమంది మానుకున్నరు. ఐదుగురు పైరో పట్టింద్రు. అది బీసీలకు ఇచ్చిన రిజర్వేషన్. అందుకని ఎఫ్‌సీలు లేరు. ఎస్సీలు లేరు. వాళ్ల తరఫున మనుషులున్నరు. పేరు మాత్రం బీసీ, ఎన్నుకున్నది ఓసీ.

మల్లయ్య కొడుకు బాల్‌రాజు, సాయిలు కొడుకు నారాయణ కూడా అప్లికేషన్లు పెట్టుకున్నరు. నారాయణ జెడ్పీటీసి పైరో పెట్టిండు. సర్పంచ్

తరఫున ఒక అప్లికేషనుంది. సర్పంచ్ వెంకటాద్రి తిరుగుతున్నడు. ఎంపీటీసీ తరఫున ఒక అప్లికేషనుంది. ఎంపీటీసీ మల్లయ్య తిరుగుతండు. తనేం తక్కువనా అనుకున్నడు పోశాలు. తన తరఫున ఒక బీసీ చేత అప్లయి చేయించిండు. పైరో తను తిరుగుతండు.

పైరో లేనిది ఒక్క బాల్‌రాజుకే. మల్లయ్య ఊర్లెనే పెద్దమనిషి. మండలంల గాదు. ఎట్లా...? అనుకున్నడు. ఒక్కొక్కలు ఒక్కొక్క దిక్కున్నరు. తన దిక్కు ఎవలూ లేరు. ఎవలనో ఒకలను పట్టాలనుకున్నడు.

అప్పుడు జోరుగా బియ్యం తెచ్చి పంచుతున్న దేవేందర్‌రెడ్డి కనిపించిండు మల్లయ్యకు. చేతులు జోడించి నువ్వే దేవునివని, నువ్వే దిక్కని అన్నడు. ఖర్చు పెట్టుకుంట, పైరో తిరుగుమన్నడు. చేతికింద బాల్‌రాజ్‌ను ఉంచుతనన్నడు.

మల్లయ్య బడికి చైర్మెన్ గదా... పోశాలు గ్రూపు బడిలో వంట వండుతుంది గదా. అతన్ని దెబ్బతీయాలంటే బడిలో సపోర్టు గావాలెగదా. అందుకని దేవేందర్ రెడ్డి సరేనంటూ ఒప్పుకున్నడు.

దేవేందర్‌రెడ్డికి డీలర్‌షిప్ గురించి తెలువది. ఎమ్మార్వోను కలిసిండు. నమస్తె కొట్టిండు. కొద్దిసేపు మాట్లాడిండు. తర్వాత "సార్... ఈ డీలర్‌షిప్ ఎవలకో ఇచ్చుడేంది. మన రెడ్డీలకే ఎవలకో ఒకలకు ఇస్తే సరిపోతది గదా" అన్నడు.

సార్ నవ్వి, రాజ్యాంగం రాసినోళ్లను కొంతసేపు తిట్టిండు. రిజర్వేషన్ పద్ధతే కాదని, అయినా ఇప్పుడేం చేయలేమన్నడు. ఈ రిజర్వేషన్లతో దేశం వెనుకబడి పోతుందని బాధపడిండు.

"సార్ మా దోస్తున్నడు" రెడ్డి అన్నడు.

"ఎవరు" ఎమ్మార్వో అడిగిండు.

దేవేందర్‌రెడ్డి పేరు చెప్పగానే ఎమ్మార్వో నాగేందర్‌రెడ్డి పెదవి విరిచిండు. అందరికి పెద్ద లెవల్లో పైరో ఉందన్నడు.

"ఎట్ల సార్..." రెడ్డి అడిగిండు.

ఎమ్మార్వో కొద్దిసేపు ఆలోచించిండు.ఒక ఉపాయం తట్టింది. బాల్‌రాజ్ భార్య పేరు మీద అప్లై చేయమని, స్వశక్తి మహిళ అని రాయమని, ఎవరికి తెలువనీయొద్దని చెప్పిండు. మహిళ పేరు పెడితే తప్పక వస్తదన్నడు.

దేవేందర్‌రెడ్డి ఊర్లెకు వచ్చి మల్లయ్యకు విషయం చెప్పిండు. అప్లికేషన్ పెట్టింద్రు. అఫీషియల్ లెవల్‌లో పైరో నడుస్తంది. దేవేందర్‌రెడ్డి బాల్‌రాజ్‌ను చేతికింద పెట్టుకున్నడు.

బాల్‌రాజ్ పొద్దున లేచి తయారై, అన్నం తిని, నోటుబుక్కు పెన్ను పట్టుకుని చెరువు కట్టమీదికి పోవాలె. కూలీల లెక్క రాసుకుని హాజరు వేసుకోవాలె. బియ్యం లెక్క సూసుకోవాలె.

దేవేందర్‌రెడ్డి పొద్దున లేచి తానం చేసి, కాటన్ బట్టలు కట్టుకుని ఊరు తిరుగాలె. ఎవలనన్నా బండి అడుక్కుని, మల్లయ్యను కూసోబెట్టుకుని మండలం, డివిజన్ తిరుగాలె. ఆఫీసుల్లో కలువాలె. పొద్దుగూక ఇంటికి చేరాలె. మల్లయ్య ఇంట్లో మందు తాగాలె. శోభ ఆమ్లేట్లు పోసి ఇస్తంది. ప్యాలాలకు ఉల్లిగడ్డలు కోసి ఇస్తంది. ఎట్లన్నా తనను డీలర్‌ను చెయ్యమంటోంది.

డీలర్‌షిప్ దొరికితే ఎన్ని లాభాలుంటాయో చెబుతున్నడు రెడ్డి. "బియ్యం మస్తుగా మిగులుతయి. పని బియ్యం, బడి బియ్యం కూడా డీలర్‌కే వస్తయి. సంచులు మిగులుతయి. కిరోసిన్ బ్లాక్‌ల అమ్ముకోవచ్చు. ఏం లేదన్నా నెలకు ఐదారు వెయిలు రాబడి. ఊరును ఆట ఆడియొచ్చు" అన్నడు.

శోభకు ఆశ పుట్టింది. మనసు మస్కట్ మీదినుంచి డీలర్‌షిప్ మీదికి మళ్లింది. భర్తను ఎగేసింది. "ఎట్లయినా డీలర్‌షిప్ చేజిక్కించుకోవాలి. పైసలైతే ఖర్చు పెడుదాము" అని, ఆ విషయం దేవేందర్‌రెడ్డితో కూడా చెప్పింది. ఎట్లన్నా తనకు వచ్చేట్టు చెయ్యిమంది.

దేవేందర్‌రెడ్డి తలూపి "చూద్దాం. కష్టమనక ఆఫీసులు తిరగాలి. తిరిగితే పనికాక మానదు" అంటూ ఉన్నది, లేనిది చెప్పి శోభను పొంగిచ్చిండు. నూనె లేకనే బూరెలు చేసిండు.

మరోవైపు నారాయణ సహదేవరెడ్డి దగ్గరికి తిరుగుతండు. రెడ్డి ఎంపీకి ఫోన్ కొడుతూ పని మనకే అంటుండు. వాళ్లు వాళ్లు మంచిగనే ఉన్నరు. కొట్లాట ఆడవాళ్ల కచ్చింది. పద్మ, శోభ ఒకరి మీద ఒకరు గుర్రుమంటుంద్రు.

పొద్దుగూకితే ఇద్దరు కలుసుడాయె. పొద్దంతా ఎవలేం పని చేస్తంద్రో తెలిసిపోతుంది. ఎవలు ఏ ఆఫీసుకు పోయింద్రో తెలిసిపోతంది. రాత్రిపూట

స్వశక్తి గ్రూపు లెక్కల కంటే ఈ మాటలే ఎక్కువయితున్నయి.

ఇద్దరూ మాట మాట అనుకున్నారు. నువ్వు ఇట్లంటే నువ్వు అట్ల అనుకున్నరు.ఒకలనొకలు దెప్పుకున్నరు.

"నీ మొగడేందీ... సహదేవరెడ్డి చుట్టు తిరుగుతండు..." శోభ అంది.

పద్మకు రోషమొచ్చింది.

"దేవేందర్‌రెడ్డి ఏంది మీ ఇంటి చుట్టూ తిరుగుతున్నడు?" పద్మ అన్నది.

ఆ రెడ్డిని ఈమె, ఈ రెడ్డిని ఆమె తిట్టి పోసింద్రు. ఇద్దరూ మూతులు ముడుసుకుని మాటలు మానుకున్నరు. లెక్కలు లెక్కలల్ల గలసినయి. బుక్కులు అటుక ఎక్కినయి. లెక్కలు రాసుడు బందయింది.

"మా ఇంటికి వస్తేనే లెక్కలు చేస్త. నేను వాళ్లింటికి రాను" పద్మ అన్నది.

"ఏంది నువ్వు చేసేది బోడి లెక్కలు. ఆ గ్రూపుల లెక్కలు మా మరుదలు చెయ్యదా...? చదువు పూర్తి గానేవట్టె" అంది శోభ.

ఎవలయితే ఏంది? లెక్కలు మంచిగ చెయ్యాలని సభ్యులన్నరు.

రెండు మూడు రోజులు మసులుకున్నరు. తొక్కుకున్నరు. గ్రూపులను తమ తమ ఇళ్లకు మలపాలని నారాయణ, బాల్‌రాజ్ చూసింద్రు. బాల్‌రాజ్‌కు తండ్రి సపోటుంది కానీ, సాయిలు సపోటు నారాయణకు లేదు. ఉన్నా సాయిలు మాట ఎవలూ వినరు.

గ్రూపులన్నీ మల్లయ్య దిక్కున్నయి. అందరూ అటు దిక్కే నడిచింద్రు. కవిత లెక్కలు జమా తీసివేతలు టకటక చేస్తంది. శోభ గ్రూపుల పనిమీద మండలం పోతంది. బియ్యం పనిమీద దేవేందర్‌రెడ్డి మండలం పోతండు. ఇద్దరు అక్కడ మాట్లాడుకుంటుంద్రు. నలుగురు చూస్తూ నాలుగు రకాలుగా అనుకుంట, నవ్వుకుంటంద్రు. నారాయణ వాళ్లమీద ఒకటికి రెండు చెప్పి పుకారు లేపుతుండు.

రెడ్డి శోభను నాలుగుసార్లు ఆర్డీఓ ఆఫీసుకు, రెండుసార్లు మండలానికి తీసకపోయిండు. కాంట్రాక్టు పైసలతోని రెడ్డి స్కూటర్ కొన్నడు. అతడు బండి ఎక్కాలె. శోభ ఆటో ఎక్కాలె. ఇద్దరు ఊరు దాటినంక కలుసుకొని, అప్పుడు ఒక బండి ఎక్కాలె.

డీలర్ పోస్టు ఊర్లె చిచ్చుపెట్టింది.

పనికి ఆహార పథకం సర్పంచుది. ఆ బియ్యం మొత్తం డీలర్‌కు వస్తయి. అందుకే డీలర్ తన మనిషి కావాలనుకుంటూ సర్పంచ్ ఎమ్మెల్యేతో తిరుగుతండు.

మధ్యాహ్న భోజనం పథకం పోశాలుది. బియ్యం కూడా డీలర్‌కు వస్తయి. అందుకే డీలర్ తన మనిషి కావాలనుకుంటూ అంబేద్కర్ సంఘాలతో పోషాలు పైరో చేస్తండు.

ఎంపీటీసి ఫండు కింద సీసీ రోడ్డు పనులకిచ్చే బియ్యం కూడా డీలర్‌కే వస్తయి. కనుక డీలర్ తన మనిషి కావాలని ఎల్లయ్య పైరో జేత్తండు.

దేవేందర్‌రెడ్డి కాంట్రాక్టరు. కాంట్రాక్టు బియ్యమన్నీ డీలర్‌కే కనుక అతడు తన మనిషి కావాలని రెడ్డి పట్టు. అఫీషియల్ పైరోతో తిరుగుతండు.

శోభకు చదువులేదు. ఉన్నట్టు కాయిదం పెట్టింద్రు. ఇది ఎవలకూ తెలువది. అందరూ జోరుగా పైరో తిరుగుతంద్రు. ఒకలది ఒకలకు తెలువనిస్త లేరు. ఊర్లె మాత్రం అందరూ కలిసి తిరుగుతున్నరు.

నీళ్ల ట్యాంకరు దగ్గర సర్పంచ్, రెడ్డి పొత్తు. బడిలో వంట దగ్గర పోశాలు మల్లయ్య పొత్తు. మందు అమ్మకం దగ్గర మల్లయ్య సర్పంచ్ పొత్తు. అధికారుల దగ్గర సర్పంచ్ ఎంపీటీసి పొత్తు మంచిగనే సాగుతున్నయి.

డీలర్ పైరోలో మల్లయ్య, రెడ్డి ఇద్దరు ఆపీసు చుట్టూ తిరుగుతనే ఉన్నరు. రెడ్డి మల్లయ్య ఇంటి చుట్టూ తిరుగుతనే ఉన్నడు. బాల్‌రాజు దేవేందర్‌రెడ్డి చేతికింద వున్నడు.

రెడ్డికి శోభ దగ్గరవడంతో పొద్దాల్ల పగడాల్ల అటే తొంగిచూస్తండు. ఒకనాడు పట్టపగలు ఇంటికి పోయిండు రెడ్డి. కూసోమని చాయ పెట్టిచ్చింది. మనిషి బంతిపువ్వు లెక్క నిండుగ ఉంటది. నవ్వుతె బుగ్గలు సొట్టలు వడుతయి.

"ఇంట్ల ఎవ్వలు లేరా?" దేవేందర్‌రెడ్డి అడిగిండు.

"అ... ఒక్కదాన్నే ఉన్న. మన పైరో ఎందాకచ్చింది"

"దగ్గరికచ్చింది" అంటూ దగ్గరికచ్చిండు దేవేందర్‌రెడ్డి.

"నువ్వు మంచిగుంటవు" నవ్వుతూ అన్నడు.

"ఆ... మంచోనివే ఉన్నవు" మూతి ఇరిసింది శోభ. బారెడు జడ అటు నుంచి ఇటు తిరిగింది.

"ఎల్లుండి మండలం పోదాం తయారుండు వారంల పనైపోతది"

"నేనెప్పుడు తయారే... నీదే లేటు"

దేవేందర్‌రెడ్డి శోభ చెయ్యి అందుకున్నడు. శోభ కోపంగా చూస్తూ దూరం జరుగబోయింది. గోడ అడ్డమచ్చింది.

"నువ్వు మస్తుంటవు"

"నీకు మస్తి వచ్చింది"

"కాదు నిన్ను జూసి మత్తెక్కింది"

" ఏయ్...వదులూ"

"మీ మరుదలేంది...నారిగాని తమ్మునితోని తిరుగుతంది"

"అట్లనే పుడుతయి పుకార్లు"

"పుకార్లు గావు... శికార్లు... నారిగాని పెండ్లామేంది? పెద్దభోజు గొడుతది. అసొంటోళ్లను నమ్మద్దు. పైకి మంచోల్ల లెక్క కనవడుతరు. లోపల లోపల బాగోత మాడుతరు" అన్నడు దేవేందర్‌రెడ్డి.

"నీ లెక్కనే..." పెదవి కొరికి నవ్వింది శోభ.

" నీ అందం ముందు అదెంత...దానికి ఎనుక లెవ్వు ముందు లెవ్వు"

శోభ ఓరకంట చూసి నవ్వింది.

పట్టపగలే ఇద్దరికి పట్టపగ్గాలు లేకుంటయినయి.

వారం తర్వాత ఇంటర్వ్యూలంటే శోభను తీసుకుని మల్లయ్య పోయిండు. రెండుసార్లు శోభనే పోయింది.

కమిటీ లేడీస్‌కు ప్రిఫరెన్స్ ఇచ్చి అప్లికేషన్స్ చూసింది. శోభ డీలరయింది. ఇల్లు గోడౌనయింది. రెడ్డి చేసిందేమీ లేదు. కానీ రెడ్డికి పేరు వచ్చింది. వేలుకు బంగారు రింగు వచ్చింది.

శోభ పెట్టిన సర్టిఫికెట్ నకిలీదంటూ ఊళ్లోవాళ్లు ఆమె డీలర్‌షిప్ రద్దు కావాలని డిమాండ్ చేసింద్రు. ఆమెకు చదువే రాదని, ఎంక్వయిరీ చెయ్యాలంటూ ఎమ్మార్వోకు ఫిర్యాదులిచ్చింద్రు. అన్ని ఫిర్యాదులు

అడుగుపట్టినయి. శోభ కండ్లు మీదికి ఎక్కినయి. అటు బడి చైర్మెన్ పదవి మామ మల్లయ్య చూస్తుండు. ఇటు డీలర్ పని భర్త బాల్‌రాజు చూస్తుండు.

గ్రూపు లెక్కలతో కవిత కాళ్లకు బంధం పడ్డది. రాత్రి టీవీ సీరియళ్లు చూసే టైం. ఇంట్లో కలర్ టీవీ లేదు. బ్లాక్ అండ్ వైట్. పక్క సందులో కోమట్ల ఇల్లు. అక్కడ కలర్ టీవీ ఉంది. రోజూ కూరుకురాత్రి దాకా అక్కడనే కూసుంటది కవిత. సీరియళ్లు అన్ని చూస్తది. ఇప్పుడు అది కుదరటం లేదు.

ఒక్కరోజు గాదు రెండు రోజులు గాదు, ప్రతీరోజూ లెక్కలంటే కుదరదనుకుంది. ఒకనాడు హోంవర్క్ అని, ఇంకోనాడు జ్వరమని, మరునాడు చదువని సాకులు చెప్పింది. లెక్కలు చెయ్యమని గట్టిగా అంటే కోపానికచ్చింది. ఏడ్చి తిట్టి, రుసరుసలాడింది. గ్రూపు సభ్యుల మీద ఇరుచుకపడింది.

తల్లి నచ్చజెప్పినా, తండ్రి కోప్పడినా వదినె బుదురకిచ్చినా, అన్న అదిలించినా కవిత వినలేదు. దృష్టి నిలుపలేదు. లెక్కలు తప్పు చేయడం మొదలెట్టింది. ఇదేందంటే నాకు ఇట్లనే వత్తయంది.

గ్రూపులన్నీ బదులుకుని పద్మను గుర్తు చేసుకున్నయి. “ఓపికతో చేసింది. ఎన్నడు పైస తేడ రాలేదు. ఎంత బాగ మాట్లాడేది. ఈ పిల్లకు అసలు ఓపిక లేదు. ఇట్లయితే కుదరదు. అయినా ఉత్తగనే చేయడం లేదు కదా. నువ్వు గాకపోతే నీ తాత చేస్తది” అన్నరు.

ఒక్కొక్కలు బుక్కులు చేతుల వట్టుకున్నరు. అందరు పద్మ ఇంటిదారి పట్టింద్రు. పద్మ అభిమానం దెబ్బతిన్నది.

“నాతోని కానెకాదు. నేను లెక్కలు చెయ్య. మీరందరు వాటంతీరు మనుసులు. ఆ పిల్ల చెయ్యనంటే నేను యాదికొచ్చినానా” అని రుసరుస లాడింది.

ఏమన్నా ఎవలూ నోరు మెదుపలేదు. గంగవ్వ సాపలు పరిచింది. నారాయణ సామాను సదిరిండు. పద్మ టీవీ బందుచేసి కోపంగానే లెక్కలమీద కూసుంది. రాజుకు టీవీ చూడ వీలుకాలేదు. కోమట్ల ఇంటికి కలర్ టీవీ చూడ బోయిండు. నారాయణకు కాలు మెదుపరాక బయటకు పోయిండు. సాయిలుకు ఈ అంగడి నచ్చక బయటకు వచ్చి కూసున్నడు.

నారాయణ మస్కట్ పైరో సాగుతుంది. ఏజెంటుకు ఇరువై వెయిల రూపాయలు ముట్టజెప్పిండు. మెడికల్ అని రెండుసార్లు పట్నం పోయిండు. రెండుసార్లు బొంబాయి పోయిండు. హైడ్రోసిల్ ఉండటంతో మెడికల్ ఫేలయిండు. ఎట్లా ఎట్లా అనుకున్నరు. ఆపరేషన్ చేసిండ్రు. వారం పదిరోజుల్లో కోలుకున్నంక మల్లా మెడికల్ అయింది. ఈసారి పాసయిండు.

ఏజెంటుకు ఇంకో ఇరువై వెయిలు ముట్టినయి. మిగిలినయి ఎక్కేముందు ఇచ్చుడు. ఆ పైసలు గూడా మాట్లాడుకున్నడు నారాయణ. మూడు రూపాయల మిత్తి.

పద్మ వద్దంటూ ఏడుస్తనే ఉంది. నారాయణ వింటలేడు. పోవుడు పోవుడే అంటుండు. డేటు గూడా దగ్గరికి వచ్చింది. మస్కట్ పోతగదా అని ఊరు గురించి పట్టించుకుంటలేడు. ఊర్లె తిరుగుతలేడు. జెడ్పీటీసికి ఫోన్ జేస్తలేడు. రాజకీయాల తిరుగుతలేడు.

బుద్ధి పుట్టినప్పుడు కల్లు తాగుతండు. నీసు ఏది కనిపిస్తే అది తెస్తండు. తల్లి వండుతుంది. కొడుకు తింటుంటె కోడలు ఉపవాసముంటోంది. ఆడిబిడ్డ వస్తంది, పోతంది. ఎవల ఆలోచనల్లో వాళ్లున్నరు. పద్మకు బుగులుగా దిగులుగా ఉంది.

రేపు మాపు పోయే దినం వచ్చింది. నారాయణ పైసలు తెచ్చి ఇంట్ల పెట్టిండు. ఏజంట్ పైసలు అడిగితే ఎక్కినంకనే ఇస్తనన్నడు నారాయణ. బలిమి చేసి తీసుకపోయిండు ఏజంటు.

ప్లేన్ టికెట్ ఒకే చేస్తనని బొంబాయి పోయిండు ఏజంటు. వారం గడిచింది. నెల గడిచింది. ఏజంటు పత్తాలేడు. విజా లేదు.

నారాయాణ నెత్తి నోరు మొత్తుకున్నడు. గంగవ్వ ఏడ్చింది. సాయిలుకు గుండెల నొప్పి వచ్చింది. ధైర్యంగా తిరిగింది ఒక్క పద్మనె. పోతె పోయినయి. నా మనిషి నా దగ్గరున్నడనుకుంది.

ఏజంటు ఇంటికి తిరుగ్గా తిరుగ్గా లక్ష రూపాయలచ్చినయి. మీది పదివెయిలు, మిత్తి సున్న.

కోమటోళ్ల కలర్ టీవీ ఇప్పటిది కాదు, పాత మోడలు. చెక్కపెట్టె. సేటు ఇక్కడ ఉండడు. అన్నల భయానికి కరీంనగర్ పోయిండు. ఇంట్లో

తల్లిదండ్రులుంటరు. బుద్ధి పుట్టినప్పుడు కరీంనగర్ పోతరు. నాలుగు రోజులుంటరు. కోడలుతో కొట్లాడుతరు. అలిగి ఇంటికి వస్తరు. కొడుకు బతిలాడితే మల్లా పోతరు.

ఇల్లు పెద్దగా ఉంది. ఒక మూలకు టీవీ ఉంది. టీవీ చూడడానికి పిల్లలు, పెద్దలు అందరు వస్తరు. వరుసగా కూసుని చాలాసేపు చూస్తరు. సేటు వచ్చిన వాళ్లను వద్దనడు. రానివాళ్లను రమ్మనడు. ఇంటికి వచ్చిన వాళ్లకు అదో ఇదో పని చెప్పి చేయించుకుంటడు. వాళ్లకు అదే మురువతు. వీళ్లకు ఇదే మురువతు.

కోమట్ల కలర్‌టీవీ పెట్టిన పంచాది ఒకటిగాదు, రెండుగాదు. కొంపలకు కొంపలు ఆర్పింది. సంసారాలకు చిచ్చుపెట్టింది.

రెడ్డిల పిల్ల, కాపోల్ల పిల్లగాడు టీవీ చూడడానికి వస్తరు. పిల్ల పదోతరగతి ఫేల్. పిల్లగాడు ఇంటర్ ఫేల్. ఇద్దరు వయసు మీదున్నరు. కొంతసేపు టీవీ చూస్తరు. తర్వాత ఒకరినొకరు చూసుకుంటరు. నవ్వుకుంటరు. టీవీలో ప్రేమ సీన్లు వచ్చినప్పుడు నిట్టూరుస్తారు. ఏడాది గడిచింది. టీవీ చూసుడు తక్కువయింది. ఒకరినొకరు చూసుకునుడు ఎక్కువయింది. కిసకిస నవ్వుకుని, కండ్లతోనే మాట్లాడుకుంటుంటరు.

పిల్ల ఒకనాడు అమ్మమ్మ గారింటికి పోతనని ఒంటినిండా నగలు పెట్టుకుంది. కొత్త బట్టలు కట్టుకుని కొన్ని బట్టలు సదురుకుంది. తల్లి మూడు వందలు ఇచ్చింది. తల్లి సాటుకు పిల్ల మూడువందలు తీసింది. ఇంట్ల పదివెయిల రూపాయలున్నయి. కట్టలోంచి తండ్రి పది రూపాయలిచ్చిండు. పిల్ల అటు ఇటు చూసి కట్టకు కట్ట మాయం చేసింది. పట్టపగలు అమ్మమ్మ గారింటికని బస్సు ఎక్కింది. కాపోల్ల పిల్లగాడు ఎనుక బస్సు ఎక్కిండు.

వారం దాటింది. పిల్ల జాడలేదు. నెల దాటింది. పిల్లగాని జాడలేదు. ఇద్దరు కలిసి ఇంటికి ఫోన్ చేసిండ్రు. అప్పుడు బయటపడ్డది టీవీ కథ. కలర్ టీవీ ఎంత కథ చేసెనన్నరు.

కోమట్ల ఇంటి పక్కన తెనుగోల్ల ఇల్లు ఉంది. ఇంటిలో తల్లీ ఇద్దరు పిల్లలున్నరు. తండ్రి మస్కట్ పోయిండు. తల్లి ఇంటి ముందట కూరుకురాత్రి దాకా కూసుండి బీడీలు చేస్తది. పిల్లలు సదువుకుంట రాసుకుంట ఉంటరు.

ఇంట్ల టీవీ లేదు. కోమట్ల ఇంటికి పోయి నిద్రవచ్చేదాకా టీవీ చూసి వచ్చి పడుకుంటరు. తల్లి టీవీ సూడది. ఇల్లు కదులది. టీవీ చూడటానికి వచ్చే మొగోళ్లు మాత్రం తల్లిని చూస్తరు.

ఆమె వారానికొకసారి దవాఖానకు పోతున్నానని కామారెడ్డికి పోతది. పొద్దుగూక వస్తది. ఆమె కామారెడ్డికి పోయిన్నాడు బట్టలు ఇస్త్రీ చేసే దేవయ్య ఇస్త్రీ దుకాణం మూసి పెట్టెలకు బొగ్గు తెస్తనని కామారెడ్డికే పోతడు. ఆమె భర్త ఐదేండ్ల నుంచి మస్కట్‌లనే ఉంటండు కానీ, అప్పు తీరలేదు. ఇస్త్రీ పని తప్ప దేవయ్య ఏ పనీ చెయ్యడు. అయినా చేతుల పైసలున్నయి.

ఇది చూసి ఓర్వలేని సుట్టుపక్కవాళ్లు మస్కట్ ఫోన్ చేసింద్రు. కొంతకాలం తర్వాత వాడు చెప్పక చెయ్యక ఇంటికి వచ్చిండు. వాడు వచ్చిన్నాడు ఆమె కామారెడ్డిలనే ఉన్నది. ఇస్త్రీ దుకాణం మూసే ఉన్నది. అప్పుడు బయటపడ్డది కలర్ టీవీ కథ.

ఎక్కడ ఏ పోరడు కనబడకున్నా టీవీ ముందు దొరుకుతడు. కరెంటు వున్నంత సేపూ టీవీ నడుస్తది. నడిచినంతసేపు జాతర నడుత్తది. ఆ జాతరలో చూసుకునేటోళ్లకు సూపులు మాట్లాడుకునేటోళ్లకు మాటలు.

కొందరికి టీవీ అంటె భయం, మరికొందరికి టీవీ ఒక సాకు.

ఇప్పుడు టీవీ భయం సాయిలుకు పట్టుకుంది. ఇంట్లో గ్రూపులెక్కలు టీవీ బందు. రాజు కోమట్ల టీవీ ముందుంటండు. కవిత టీవీకి వస్తంది. ఇద్దరు మాట్లాడుకుంటంద్రు. ఒక్కటే ఆటోలో కాలేజికి పోతంద్రు.

"అరేయ్, వాళ్లింటికి టీవీకి పోకు. తెల్లందాకా ఏం టీవీ .?" సాయిలు గదిమిండు.

"బరాబర్ పోతా... ఊరంతా పోతలేరా.." అన్నడు రాజు మొండిగా.

"నువ్వు ఇల్లు కదిలితే రెండు కాళ్లు ఇరుగుతయి" కోపంగ అన్నడు నారాయణ.

"ఏది ఇరగొట్టు చూస్తా" రాజు తిరుగబడిండు.

తల్లి సముదాయించింది. తండ్రికి కొడుక్కి సర్ది చెప్పింది. పద్మ బిర్రుగా చూసింది. రాజు తల ఎగరేసిండు.

ఒకనాడు కాలేజి నుంచి ఎవలదో ఒక సెల్‌ఫోన్ తెచ్చిండు రాజు. చెవిలో పెట్టుకుని ఊరంతా తిరిగిండు. బావకు అక్కకు దోస్తులకు ఫోన్ చేసిండు. సాయిలు మొత్తుకుంటనే ఉన్నడు. తల్లి తిడుతనే ఉన్నది. నారాయణ కోపంగా చూస్తునే వున్నడు. పొద్దుగూకే వారకు ఇద్దరు మనుషులు బండిమీద రానే వచ్చిరి.

“మావోడే దొంగనుకుంటే నువ్వు ఇంకా పచ్చి లంగవున్నవు. మా పక్కింటాయిన మస్కట్ నుంచి వచ్చిండు. సూస్తనంటే పోన్ ఇచ్చిండట. వాడు దానిని కాలేజికి తెచ్చిండు. వాని దగ్గర నుంచి నువ్వు తెచ్చినవు. ఇది పెన్ను అనుకున్నవా... బుక్కు అనుకున్నవా.. సెల్‌ఫోను” తిట్టింద్రు. రాజు నోరు తెరువలేదు.

సెల్‌ఫోను తీసుకుని కార్డు బ్యాలెన్స్ చూసుకొని మూడువందలు ఇచ్చేదాక కాదన్నరు. ఆ మూడు వందలు ఫోను బిల్లు ఇయ్యకుంటే బాగుండదన్నరు. ఎవరెవరికి ఫోన్లు చేసిండో చెప్పింద్రు.

వాళ్లు మూడువందలు ఇచ్చేదాకా కదులలేదు. ఎక్కడనో అప్పు తెచ్చి ఇచ్చింది గంగవ్వ. వాళ్లు వచ్చి ఇంట్లో కూసున్నప్పుడు బయటపడ్డడు రాజు. పొద్దుగూకినా ఇంటికి రాలేదు. వెతికినా జాడ దొరుకలేదు. ఎవరిని అడిగినా తెలువదన్నరు. ఫోన్ చేస్తే అక్క దగ్గర ఉన్నడని తెలిసింది.

“ఆ పోరడు సంసారాన్ని ఉంచడు. లాసుజేస్తడు...” భర్తతో అన్నది పద్మ.

నారాయణ అవునన్నట్టు తల ఊపిండు.

“నేను రెక్కలు బొక్కలు రయం చేసుకొని పైస పైస ఎనుకకు ఏత్తున్న. వాళ్లు కూసుండి మెక్కుతుంద్రు” ఎక్కసంగా అన్నది.

నారాయణ మళ్లీ తల ఊపిండు.

“ఆ... ఇట్లుంటే మనం పైకి రాము, ఉన్న జాగలనే ఉంటం. ఇప్పుడు రెండు పూటల తింటున్నం. ఆ తిండి గూడా దొరుకది” కోపంగా అన్నది పద్మ.

నారాయణ మౌనంగా ఉండిపోయిండు.

"కూరుకురాత్రి లేసి బర్లకు సాకిరి జేస్తున్న. పొద్దంతా చాటముందట కూసుంటున్న. పొద్దుగూకితే రాత్రి పది దాకా లెక్కలు జేత్తున్న. ఇంత సాకిరి జేసినా చేతుల ఐదు పైసలు కనపడుతలెవ్వు. ఏం చేసుడో ఏమో..." అన్నది పద్మ. అటుపక్క నుంచి ఇటుపక్కకు తిరిగింది. భర్తమీద చెయ్యి వేసింది గావురంగా కాలు వేసింది.

నారాయణ మాట్లాడలేదు.

"మనదేదో మనం చూసుకుందాం. మీ తమ్ముడు సామాన్యుడు గాడు. లంగల సోపతి పట్టిండు. సంసారాన్నంతా లాసులాసు జేత్తండు. నీ మాట వింటున్నడా... నీ మీదికే మర్రవడుతండు. మనం చెప్పితే విననోళ్లను మనం ఎందుకు పట్టిచ్చుకోవాలె... మనం... మనం... ఏరువడుదాం" పద్మ మరింత దగ్గరగా జరిగింది.

నారాయణ గుర్రు కొడుతండు.

దూరంగా జరిగి సర్దుకొని పండుకున్నది పద్మ. మనసులో ఏదో తొలుస్తుంది. ఏదో ఆరాటం మొదలయింది.

శోభ డీలర్ అయినాక బాల్‌రాజు దేవేందర్‌రెడ్డి చేతుల కిందికి వచ్చినాక, దేవేందర్‌రెడ్డికి ఎమ్మార్వో పరిచయమయినాక, అతడు చిన్నసైజు కాంట్రాక్టర్ అయినాక ఊరిలో సమీకరణాలు మారిపోయినయి.

మల్లయ్య దేవేందర్‌రెడ్డికి దగ్గరయితే సర్పంచ్ ఆ ఇద్దరికీ దూరమయిండు. సర్పంచ్ పోశాలుకు దగ్గరయితే, పోశాలు మల్లయ్యకు దూరమయిండు. ఎంపీటీసీ ఎల్లయ్య నారాయణలతో సోపతి చేసిండు.

అప్పుడే స్కూలుకు అదనపు తరగతి గది వచ్చింది.

కాంట్రాక్టు నేను పడుతునంటె నేను పడుతనని అందరు పట్టుబట్టింద్రు.

విద్యాకమిటీల పుల్ల పెట్టి వెంకటాద్రి ఇద్దరు సభ్యులను తన దిక్కు మలుపు కున్నడు. వాళ్లు అసమ్మతి తీర్మానం పెట్టింద్రు. గ్రామ పంచాయతీ మెంబర్లలో పుల్ల పెట్టిన మల్లయ్య ఆరుగురు సభ్యులను తన దిక్కు తింపుకున్నడు. వాళ్లు గ్రామ పంచాయతీలో అసమ్మతి తీర్మానం పెట్టింద్రు. అది అటు వీగిపోయింది. ఇది ఇటు వీగిపోయింది. ఇద్దరు మాత్రం ఇంకా పగయింద్రు. పెద్దసారు మీద ఒత్తిడి పెరిగింది.

ఇద్దరినీ పెద్దసారు సముదాయించి ఇట్ల కొట్లాడుకోవద్దన్నడు. "బడి హక్కు చైర్మెన్‌కు ఉంటది. రేపు చెక్కుల మీద చైర్మెన్ సంతకమే నడుస్తది. ఇంకా పనులు వచ్చేటివి ఉన్నయి. ఇట్ల కొట్లాడితే వచ్చే పనులు రావు. ఎవరో ఒకలు ఎనక్కి తగ్గాలి" అని నచ్చజెప్పిండు.

ఏం మాట్లాడాలో సర్పంచ్‌కు సందు దొరకలేదు. అలాగని వదిలిపెట్టలేదు. తన దిక్కున్న ముగ్గురు కమిటీ మెంబర్లను ఎగేసిండు. వాళ్లు "చైర్మెన్‌కే హక్కు ఉంటదిగాని మెంబర్లకుండదా?" అని పెద్దసారును అడిగింగ్రు. అసలు చైర్మెనే రావాలె. మల్లయ్య వచ్చుడు ఎందుకు? మామ పెత్తనం చెల్లదని దబాయించింగ్రు.

ఈసారి పెద్దసారుకు ఏం మాట్లాడాలో అర్థం కాలేదు. ఏదో నసిగిండు. "ఏదో సదురుకపోవాల. మల్లయ్య ఇయ్యాల్ల వత్తలేడు గదా" అన్నడు.

చివరకు ఈ పనిని చైర్మెన్ చేసుకుంటే మెంబర్లకు పదివెయిలు, మెంబర్లు చేసుకుంటె చైర్మెన్‌కు పది వెయిలు ఇయ్యాల అంటూ మార్గం చెప్పిండు. రెండు వర్గాలు ఒప్పుకున్నాయి.

సర్పంచ్ వెంకటాద్రి మెంబర్ల వెనుక ఉండి కన్నుసైగ, చెయ్యి సైగ చేసిండు. మెంబర్లు అర్థం చేసుకున్నరు. మల్లయ్యకు పదివెయిలు ఇస్తం. పని చేసుకుంట మన్నరు. కాయితాలు రాసుకున్నరు. ఆ రోజే పైసలు ముట్టాలన్నరు.

వెంకటాద్రి మెంబర్లకు పదివెయిలు ఇచ్చిండు. వాళ్ల చైర్మెన్‌కు ఇచ్చింగ్రు. పైసలు తీసుకొని చైర్మెన్ పక్కకు జరిగిండు. పని మిగిలింది. సర్పంచ్ వెంకటాద్రి మిగిలిండు.

జరిగిన రాజకీయం పెద్దసారు అప్పుడే పసిగట్టి పకపక నవ్విండు. వారం రోజుల తర్వాత గానీ పసిగట్టని మల్లయ్య కూడ పకపక నవ్విండు. చెక్కుల మీద సంతకం పెట్టననుకున్నడు. వెంకటాద్రి మాత్రం పని మొదలుపెట్టి ఎమ్మెల్యేను తీసుకువచ్చి పునాదులు తీసిండు.

ఈ విషయం అందరికీ తెలిసింది. కానీ ఎక్కువగా తెలిసింది యువకులకే. ఎంపిటీసికి ఇరువై వెయిలు ముట్టినయని, మెంబర్లకు పది వెయిలు ముట్టినయని, పెద్దసారు పది వెయిలు తిన్నడని తెలిసింది. ఊరు బగ్గుమంది. నారాయణను ఎగేసింగ్రు. యువకులు ముందుకు వచ్చింగ్రు.

ఆ మధ్యనే పంద్రాగస్టు మీటింగు, ఉపన్యాసాలు, బడి బాగు గురించి మాటలు మామూలే. అందరూ జమయింద్రు. నారాయణ లేచి మైకు ముందటికచ్చిండు. మస్కట్ పైరో ఫెయిలయినంక మళ్లీ ఊరి మీద పడ్డడు.

"ఇది ప్రజాస్వామ్యమే కాదు, అంతా పితృస్వామ్య పురుషాహంకారం. సర్పంచ్ జాగల సర్పంచ్ లేదు. చైర్మెన్ జాగల చైర్మెన్ లేదు. ఎంపీటీసీ జాగల ఎంపీటీసి లేదు. ఇది గాంధీ కలలు గన్న రాజ్యమే కాదు. అర్ధరాత్రి కాదు, పట్టపగలు చట్టసభల స్త్రీల జాగల స్త్రీలే లేరు. కాంట్రాక్టర్లు, సార్లు పైసలు తినుడు తప్పు. ఆళ్లు తిన్న పైసలు కక్కాలి. ఎదన్నా ఉంటే స్కూలు డెవలప్‌మెంట్ గురించి ఉపయోగించాలె. మల్లయ్యకు ఇచ్చిన పైసలు, సార్లు తిన్న పైసలు స్కూలు డెవలప్‌మెంట్‌కు ఖర్చు చేయ్యాలె. లేకుంటే డీఈఓకు, ఎంఈఓకు కంప్లెంటు చేస్తా, బడి ముందు ధర్నా చేస్త" అన్నడు.

పెద్దసారు కుర్చీ కదిలింది. చిన్నసారు భయపడ్డడు. సర్పంచ్, సర్పంచ్ దోస్తు ఉన్నందుకు పోశాలు భయపడ్డడు. ఎంపీటీసి సంతోష పడ్డడు. అందరూ చప్పట్లు కొట్టింద్రు. యూత్ పిల్లలు ఇంకా బాగా చప్పట్లు కొట్టింద్రు. అవి అందరి గుండెల మోగినయి.

ఇంకో సభ్యుడు లేచి ఏవి బీర్లు అమ్మిన పైసలు? ఏది అభివృద్ధి? అని నిలదీసిండు.

"మల్లయ్య మందు అమ్ముడు గుత్త పట్టుకున్నంక చేసిన అభివృద్ధి ఏది? మందు అమ్ముడు బందు పెడతడా... కాంపౌండు గోడ కట్టిస్తడా చెప్పాలె. రూముకు తీసుకున్న ఇరువై వెయిలు కట్టాలె. అయ్య జాగిరా, అవ్వ జాగిరా? ఏమనుకున్నడు" అన్నడు. ఒక పాట పాడి కూసున్నడు.

మీటింగు బొబ్బ బొబ్బయింది. నారాయణ ముందుంటే యూత్ అతడి వెనుక ఉంది. గమ్మత్తుగా సర్పంచ్ గూడా నారాయణనే సపోటు చేస్తూ మల్లయ్య తిన్నదంతా కక్కాలంటుండు. మందు అమ్ముకొమ్మని నారాయణకు చెబుతూ మల్లయ్య మీదికి ఎగేత్తుండు. వాటంతో ఫ్లేటు మార్చి నేను మీతోనే నన్నడు.

మల్లయ్యకు ఎటూ తోచలే. సపోర్టు ఎవలూ లేరూ. ఉన్న దేవేందర్‌రెడ్డి మీటింగుకు రాలె. వచ్చినా చేసేదేం లేదు. నూటికి నూరుపాళ్లు తప్పు తనదే. ఏదో చెప్పి అప్పటి మందం ఏదో హామీలిచ్చిండు. కదుత కదుత, చేస్త చేస్త

అని అప్పటి మందం చల్లగ చేసిండు.

తెల్లవారి పంచాది. గ్రామపంచాది ముందు జమ కావాలె. మందు అమ్మినందుకు పైసలు ఇయ్యాలె. సర్పంచ్ వద్ద తీసుకున్న పైసలు ఇయ్యాలె. బడి డెవలప్‌మెంట్ చెయ్యాలె. కానీ మల్లయ్య రాలేదు. “ఇచ్చుడు ఇచ్చుడే. కానీ వారం పది రోజుల గడువు కావాలె. నాకు అర్జంటు పని ఉంది. పంచాదికి తీరిగ్గా కూసుందాం. నాకు బడి అభివృద్ధే ముఖ్యం” అని ఏమేమో చెప్పి తప్పించుకున్నడు.

సరే, ఒక గడువు ఇచ్చి చూద్దామన్నరు అందరు. యూత్ మొత్తం మాట మీదున్నరు.

అయితే ఈ వారంలో ఒక సంఘటన జరిగింది.

రాంరావుకు ముగ్గురు బిడ్డలు, ఇద్దరు కొడుకులు. అందరికీ లగ్గాలైనయి. పిల్లలకు పిల్లలు. బరువంతా దిగింది. రాంరావు నౌకరి గూడా దిగింది. అంతంత మాత్రంగా ఉన్న భక్తి మాత్రం బాగా ఎక్కింది.

ఎక్కడ గుడి ఉంటే అక్కడ. ఎక్కడ భజన ఉంటే అక్కడ. ఎక్కడ భక్తి వుంటే అక్కడ రాంరావు ఉంటడు. సత్సంగం మంచి మాటలు చెప్పుతడు. పాటలు, పద్యాలు జోరుగా పాడుతడు. మాటకు ముందు ‘రామ రామ’ అంటడు.

రాంరావు మొదటిసారిగా మూడేండ్లకింద గణపతి నవరాత్రిలకు గణపతిని నిలబెట్టిండు. మనిషికి నూరూ యాభై చందా వసూలు చేసిండు. తొమ్మిది రాత్రులు నిష్ఠతో భజన చేసిండు. తొమ్మిదోనాడు భజన చేస్తూ ఊరేగింపు చేసిండు. దేవున్ని నిమజ్జనం చేసిండు. కొత్త మురిపానికి అందరూ వచ్చింద్రు, ఒక్క పొద్దన్నారు.

రెండవసారి భక్తసంఘం పలుచబడింది. బడ్జెట్ వసూలు కాలేదు. ఎవరూ భజనకు వరుసగా రాలేదు. తన జేబులోంచి పైసలు పెట్టుకున్నడు. వాళ్లను వీళ్లను జమకట్టిండు. అట్లనో ఇట్లనో దేవుడిని నిమజ్జనం చేసిండు. మల్లా నిలబెట్టకూడదని చెంపలేసుకున్నడు. రెండు వెయిలు మీద పడ్డయి.

ఇప్పుడు నవరాత్రులు వచ్చినయి. గణపతిని నిలబెట్టగూడదనుకున్నడు. కానీ బామని పంతులు ఊర్కోలేదు. గణపతిని నిలవెడితే పూజకు పైసలస్తయని పంతులు ఆశ.

"ఇంత తెలిసినోడివి రామన్నా... ఇంత తప్పు చేస్తవా" అన్నాడు భయం భయంగా.

"రామ.. రామ... నేనేం తప్పు పనిచేస్తి పంతులూ" అన్నడు రాంరావు.

"రెండుసార్లు దేవున్ని కొలిస్తే రేవు గూడా దొరుకది. మూడుసార్లు కొలిస్తే ముక్తి దొరుకుతది. ఐదుసార్లు కొలిస్తే ఐహికం దొరుకుతది" అని పంతులు అన్నడు.

"మరి ఇప్పుడెట్లా?" రాంరావు భయంగా అడిగిండు.

"ఏమిటెట్లా... ఇంకొకసారి నిలబెట్టు. ముక్తి దొరుకుతది"

"నిజమే గని పంతులు... చేతుల పైసలు లెవ్వుగదా"

"ఆ... రామన్నా కొండంత దేవునికి కొండంత పండుగు జేత్తమా... పూలో పత్రో పెడుతాం. తోచినట్టు చెయ్యి తొవ్వ పొడగొట్టుకోకు"

అట్లా ఈసారీ గణపతిని నిలబెట్టిండు రాంరావు. భక్త జన సంఘంలేదు. భజన లేదు. గంటనో, అర్ధగంటనో రామ రామ అంటుండు. తన ఇంటి ముందటనే రేకుల షెడ్డు ఏసిండు. రెండు పీటలేసిండు. కుక్క కూనంత బొమ్మ తెచ్చిండు. పూలు అల్లిండు. పందిరేసిండు. డెకరేషన్ చిన్నగా చేసిండు.

పులిహోర లేదు, చెక్కరి బెల్లంలేదు. కరెంటు బుగ్గలు లేవు, మైకు లేదు. పంతులు చెప్పినట్టు పూలు పత్రితోనే పూజ చేసిండుగానీ పంతులుకు మాత్రం పొద్దు మాపు పూజ చేసినందుకు ఐదునూట పదహార్లు ఇచ్చి కాళ్లు పట్టుకున్నడు. తను మాత్రం పైస తగ్గించలేదు పంతులు.

ఎనిమిది రాత్రులు గడిచినయి. తొమ్మిదవ రాత్రి నిమజ్జనం. భజన చేసుకుంటూ, భక్తి పాటలు పాడుకుంటూ చెరువులకు పోవాలె. ఇప్పుడు వెంట ఎవలూ లేరు. అది సాధ్యం కాదు. ఎట్ల? రాంరావు బాగా ఆలోచించిండు. ఒంటిగా గుల్లలో పెట్టుకుని రామ రామ అనుకుంట చెరువులకు తీసుకపోవాలనుకున్నడు. అదే ప్రయత్నం మీదున్నడు.

పొద్దు గూకింది. రాంరావు దేవున్ని సదురుతుంటే పోశాలు బజారు వెంట పోతూ రాంరావును చూసి కాలు ఆపిండు.

"అదేంది ... సడిలేదు, సప్పుడు లేదు. దేవున్ని సదురుతున్నవు" అన్నడు.

"ఏం చెయ్యాలెరా పోశాలూ... ఏది ముట్టినా అగ్గి ముట్టినట్టేనాయె. ఇప్పటికే రెండువెయిల దాకా చేతికి తగిలినయిరా. ఇప్పుడు చప్పుడంటే వట్టిగా వస్తదా... ఎవలూ అంటుకుంటలేరు. ముట్టుకుంటలేరు. ఒక్కడినే అయిపోతిని" అన్నడు రాంరావు.

ఇప్పుడు రాంరావు పోశాలు అంటుండుగనీ తన హయాంలో అవ్వమీది నుంచి అక్కమీది నుంచి దిగకపోతుండె. ఇప్పుడు పోశాలు 'పటేలా' అని ముందట నిలబడుతున్నడు గనీ ఒకప్పుడు కంటికి కనబడేవాడు కాదు. కనబడ్డా దూరంగా వంగి వంగి నిలబడేవాడు.

"అయ్యో పటేలా... ఒక్కమాట ముందు చెప్పద్దా... మా పోరగాండ్లు వుండనే ఉండిరి. నాలుగు డప్పులను తోలిస్తుంటిని" అన్నడు పోశాలు. తన బలం ఊర్లె చూపించాలని పోశాలు పట్టు.

"ఇప్పుడేమైందిరా... తోలియ్యి. అరగంటలో వత్తరు. గంటలేటైనా పరువాలేదు"

పోశాలు సరేనన్నడు. రాంరావు తట్టబుట్టను పక్కకు పెట్టిండు. 'దేవుని మహిమ సూడు. ఒంటిగా ఎట్ల పోతా అనుకున్నడు. దప్పులను తనే తెచ్చుకున్నడు. దేనికైనా వాని దయ గావాలి' అనుకున్నడు.

పోశాలు మాటలు ఇంకో రావు విన్నడు. ఆ రావు రెడ్డితో అన్నడు. ఆ రెడ్డి దేవేందర్‌రెడ్డితో "ఎంతైనా మనం పటేండ్లం. పటేండ్ల వాడ మనది. మన ఇండ్ల ముందు నుంచి మన దేవున్ని మాదిగోళ్లు తీసుకపోతరా... మన కులమే గొడ్డు పోయిందా" అంటూ దేవేందర్‌రెడ్డిని ఎగేసిండు.

ఏ మాట విన్నా దేవేందర్‌రెడ్డికి కోపం రాలేదు. పోశాలు పేరు విన్నంక మాత్రం కోపం ఆగలేదు. రాంరావును కలిసి ట్రాక్టరును అలంకరించిండు. బ్యాట్రీకి బల్బులు పెట్టిండు. ట్రాక్టర్‌ల పెద్దపీట వేసి, మైకు పెట్టి పాటలేసిండు. నూరు రూపాయలిచ్చి కాసియో మాట్లాడిండు.

రాంరావు నోరు దెరుత్తండు. 'అమ్మో దేవుని మహిమ జూడు, వట్టిగ ఎట్ల పోవాలని ట్రాక్టరును గూడా తెప్పించుకున్నడు. అంతా వాని దయ' అనుకుంటండు.

ముందుగా ఐదు దప్పులు వచ్చినయి. రెడ్డీలు, రావులు పది మంది

వున్నరు. తర్వాత డప్పులు పది అయినయి. వీళ్లు ఇరువైమంది అయినరు. ఒకలకొకలు పోటీ అయింర్రు.

"డప్పులు వద్దు దేవున్ని మేమే సాగనంపుకుంటం" ఒక రెడ్డి అన్నడు.

"వచ్చిన డప్పులు వాపసు ఎట్ల పోతం. కొట్టుడు కొట్టుడే" అన్నరు డప్పుల వాళ్లు.

వాళ్ల వెనుక నారాయణ. వీళ్ల వెనుక పోశాలు, ఎనుక నిలబడి ఎగదోత్తండు. డప్పులు ఇరువైకి చేరినయి. ఇంకో ఇరువైమంది చుట్టూ వున్నరు. అందరూ ఉడుకురక్తం పోరగాండ్లే. ఇది చూసి రెడ్డీలు, రావులు ఇరువై మందికి చేరుకున్నారు. అందరూ చాకులే. అందరు కత్తులే!

రాంరావు భక్తి పరవశంలో ఉన్నడు. 'అమ్మో దేవుడు జూడు. ఎంత అట్టహాసంగా పోతుండో. నాబోటి అల్పుడు ఆపితే ఆగుతదా' అనుకున్నడు.

ముందట ట్రాక్టరు. ట్రాక్టరు ముందట క్యాసియో, క్యాసియో ముందట రెడ్డీల పిల్లలు, రావుల పిల్లలు. దానికి ముందు డప్పుల చప్పుడు. చప్పుడుకు ముందు ఎస్సీల పిల్లలు.

ఊరేగింపు మొదలయింది. 'వామ్మో దేవుడు దరువు అందుకున్నడు సూడు. ఎంత అట్టహాసం' అని రాంరావు మురిసిపోతుండు. ఊరేగింపు సాగుతోంది.

మొదలయినప్పుడు అన్ని వర్గాల ప్రజలున్నరు. భక్తి లేదు, పాట లేదు. భజన లేదు. ఇక్కడ వీళ్లు ఎగురుడు, అక్కడ వాళ్లు ఎగురుడు. నెత్తికి ఎర్రరిబ్బన్లు కట్టుకొని కుంకుమ సల్లుకున్నరు. సారాసీసలు వచ్చినయి. తాగుతున్నరు. దుంకుతున్నరు. 'వో... వో... వో...' అని ఒర్లుతున్నరు. అరగంటలో అన్ని వర్గాలు దూరమైనయి. రెండు వర్గాలు మిగిలనయి. ఒకటి పోశాలుది. మరొకటి నారాయణది.

అంతకుముందు జరిగిన ఒక సంఘటన అందరి మనసులో ఉంది. ఎల్మోల్ల పిల్ల కాలేజిల చదువుతోంది. ఎస్సీల పిల్లగాడు లవ్‌లెటర్ రాసిండు. అది బయటపడ్డది. వీళ్లకు ఇంత కావురమా అని వాళ్లు. వాళ్లకు ఇంత గర్వమా అని వీళ్లు. మాట మాట అనుకున్నరు. తన్నుకునే మోపయింర్రు. పిల్ల, పిల్లగాడిద్దరూ పరారయింర్రు. యాదాదిల తల్లి దంర్డి గూడా అయింర్రు. పట్నంల కొలువయింది. వాళ్లు వాళ్లు కలిసిపోయింర్రు. వీళ్లు మాత్రం

మసిలిపోయింద్రు. ఆ కథ ఇప్పుడు మీదికత్తోంది. అప్పుడు అనుకున్న మాటలు ఇప్పుడు గుర్తుకత్తున్నయి.

డప్పు కొట్టుకుంట, డప్పు కొట్టుకుంట ఒక ఎస్సీల పిల్లగాడు, డ్యాన్సు చేస్తున్న ఒక రావుల పిల్లగాన్ని తొక్కిండు. వాడు వీడు ఇద్దరు కలెవడింద్రు. గ్యాంగులు మొత్తం దిగినై. డప్పులోళ్లు నలుపై మంది. క్యాసియో గ్రూపు ఇరువై మంది. ఇరువై నుంచి పది మంది పరారు. మిగిలిన పది మందిని తోముడే తోముడు.

కేకలు, బొబ్బలు. పనిలపని దేవేందర్‌రెడ్డిని అందుకొమ్మని పోశాలు సైగ చేసెనట. రెడ్డి అందినట్టే అంది మందిలో మాయమయిండు.

రాంరావు మాత్రం 'అయ్యో దేవుడి మహిమ ఇట్లయిందేం' అనుకోలేదు. 'మూర్ఖులు ఇట్ల చేసిరేంది' అని మంది మీద తోసిండు. విగ్రహాన్ని ఎత్తుకపోయి వాగులో తోసిండు.

తన్నుల వడ్డది రెడ్డీల పిల్లలు, రావుల పిల్లలు. తన్నింది ఎస్సీల పిల్లలు. తన్నుడంటే మామూలు గాదు. తుక్కు తుక్కు తన్నుడు. దొరికినోన్ని దొరికినట్టు ఇరుగతన్నుడు.

తెల్లారి తన్నినవాళ్లు లేరు. తన్నుల వడ్డవాళ్లు లేరు. ఎగేసిన పెద్ద మనుషులు లేరు. ఎప్పుడు కేసయితదో తెలువది. ఎప్పుడు పోలీసులత్తరో తెలువది. ఎప్పుడు ఎవలు ఎవల్ని కొడుతరో తెలువది. అందుకని తన్నినవాళ్లు దేశాలు వట్టింద్రు. తన్నులు పడ్డవాళ్లు పోలీసు టౌనుకు పోయింద్రు.

వారం పదిరోజులు ఊరంతా అట్టుడికింది.

ఈ సందడిలో మల్లయ్య బడి కమీషను పంచాయితి. ముందు కమీషను పంచాయితి, బడి అభివృద్ధి పంచాయితి అడుగువట్టింది. వెంకటాద్రి పోశాలుతో కూడి దళితులను ఏకం చెయ్యాలనుకున్నడు. కానీ, పోశాలు ఊర్లె లేడు. తప్పించుక తిరుగుతండు.

వీళ్లు తన్నుల వడ్డందుకు మల్లయ్య నొచ్చుకున్నడు. దేవేందర్‌రెడ్డితో కూడి రెడ్డీలను ఏకం చేసిండు. ప్రతీకారం తీర్చుకోవాలన్నడు. రెడ్డీలు జమకూడింద్రు. భయపడి ఎస్సీలు జమకూడలేదు. నారాయణ మాట కొనముట్టలేదు. సర్పంచ్ వెంకటాద్రి గోడ మీద పిల్లి అయిండు. నారాయణ

మాటను కొట్టిపారేసి మల్లన్ననే మంచోడన్నడు.

'గోదారి గోదారీ ఓ హెూ పారేటి గోదారీ... చుట్టూ నీళ్లు ఉన్నా చుక్కా దొరుకనీ ఎడారి ఈ భూమి. మాది తెలంగాణ భూమి.' పాట పల్లెపల్లెల మారుమోగుతోంది.

జలసదృశ్యంలో తెలంగాణా పార్టీ పుట్టింది. పార్టీలు తిట్టి పోసుకునుడు ఎక్కువయింది. ఎంపీటీసి, జెడ్పీటీసి ఎలక్షన్లు వచ్చినయి. అన్ని పార్టీలు జోరందుకున్నయి.కేసీఆర్ తెలంగాణ పార్టీకి నాయకుడయిండు.

“తెలంగాణ తేకుంటే రాళ్లతోని కొట్టండి” అంది తెలంగాణా పార్టీ.

“ఎందుకు? మా పండ్లు రాల గొట్టేటందుకా...?” జనాలన్నరు.

“పండ్లు రాలుడుండది, పంటలే రాలాలె. హరిత తెలంగాణ. ఆకుపచ్చ తెలంగాణ, శాంతి పావురాలు ఎగురాలే. రక్తపాతముండది” కేసీఆర్ అన్నడు.

ప్రజలు కదులలేదు. మాట వినలేదు. నమ్మలేదు.

తెలంగాణ పార్టీ నేత పల్లె పల్లె తిరిగిండు. మానేరు కచ్చిండు. ఎండిపోయిన మానేరులో టెంటు వేసిండు. ఈ ప్రాజెక్టును గోదావరి నీళ్లతో నింపుతానన్నడు. చలో మానేరన్నడు, భరో మానేరు ప్రాజెక్టన్నడు. మడి మడికి గోదావరి నీళ్లు నింపుతనన్నడు. నీళ్ల మాట వినంగానే జనం నోట్ల నీళ్లు ఊరినయి.నిదులు నియామకాలన్నడు.

నీళ్లు అన్నంక... అప్పుడు... అప్పుడు కదిలిండ్రు జనం. నీరు కోసం కదిలిండ్రు. నీటి ప్రవాహంలా కదిలిండ్రు. ఊరి నుంచి పది ట్రాక్టర్ల మంది కదిలిండ్రు. మానేరు ప్రాజెక్టు జలంతో కాదు, జనంతో నిండింది. జలం కోరే జనంతో నిండింది. జలం మాట తారకమంత్రమయింది. జల మంత్రం జనానికి మంత్రమయింది.

“ఆగో నీళ్లు వస్తయట...” ఊరంతా పుకారు.

సాయిలు పొద్దు పొద్దున్నే లేచిండు. బర్రె పాలు పిండిండు. మనసు ఏదో ఉద్వేగంతో ఉంది.

“అవురా నారాయణ.. ఇది నిజమేనా..?” కొడుకును అడిగిండు. కొడుకు ఏదో చెప్పిండు.

"నీళ్లు వస్తయట. నీళ్లు మలుపుతరట. మానేరు నింపుతరట" సాయిలు అన్నడు.

అతడి మాటల్లో ఆర్తి ఉన్నది. ఆరాటం ఉన్నది. అంతకుమించి ఆశ వున్నది.

అంతా అబద్ధమని, ఇదంతా మోసమని అన్నడు నారాయణ. తెలంగాణ ఇప్పుడు ఎందుకు గుర్తుకచ్చిందన్నడు.

"నాయినా... ఇది దొరల పార్టీ, రాష్ట్రంల దొరలే... జిల్లాల దొరలే. చివరకి మండాలల దొరలే. రెండవశ్రేణి నాయకులు తప్ప ఎవలన్నా ముఖ్యమైన వాళ్లు చేరింద్రా చూడు" అన్నడు.

సాయిలుకు ఏ శ్రేణి ఏదో తెలువది. ఊరంతా మాత్రం నీళ్లు వస్తయంటుంద్రు. అదే మాటను నమ్ముకున్నడు. "కాదురా నీళ్లు వస్తయి" అన్నడు కొడుకుతో.

నారాయణకు తిక్కలేసింది. "నాయినా ఒక్కమాట విను. గోదావరి నాసిక్‌ల పుట్టింది. ఆదిలాబాద్, నిజామాబాద్, కరీంనగర్, ఖమ్మం నుంచి ఆంధ్రకు పోతది. మన నీళ్లు మనమే మలుపుకుందామని నాయకులంటంద్రు బాగానే ఉంది. అదిలాబాద్‌ల గోదావరిల సుక్క నీళ్లుండయి. నిజామాబాద్ లుండయి. కరీంనగర్ లుండయి. ఖమ్మంల కొద్దిగా ఉంటయి. భద్రాచలంల బాగుంటయి. అక్కడి నుంచి ఇక్కడికి ఎట్ల ఎక్కుతయి చెప్పు" అన్నడు.

సాయిలుకు అర్థం కాలేదు. ఒక్కటి మాత్రం అర్థమైంది జెడ్పీటీసి వేరే పార్టీ అని, తన కొడుకు జెడ్పీటీసి పార్టీ అని. అందుకే ఆ పాట పాడుతున్నడని. పైకి మాత్రం ఆ మాట అనలేదు.

ఊర్లె టిఆర్ఎస్ పార్టీ లేదు. కార్యకర్తలు లేరు. పదిమంది టీచర్లున్నరు. వాళ్లు మాత్రం పార్టీ అని, ప్రత్యేక తెలంగాణ అని అంటున్నరు. అవసరమచ్చి నప్పుడల్లా చెప్పుతున్నరు. ఏదో జీవోలంటున్నరు.బొగ్గు మనదని, కరెంటు మనదేనని అంటున్నరు. తెలంగాణకు అన్యాయం జరిగిందంటున్నరు.

టీచర్ల మాట ఎవలూ వింటలేరు. సపోటు ఉంటలేరు. 'చంద్రబాబు వంగవెడుతడు. పనిచెయ్యి మంటుండు. బడికి సక్కగ పొమ్మంటుండు. సదువు సక్కగ చెప్పమంటండు. అందుకే వ్యతిరేకం జేత్తంద్రు. సార్లు చూసినవా

రాజకీయం జేత్తండ్రు' అన్నరు జనం మొఖం ముందే.

సార్లు నొచ్చుకుని మూతి మూసుకున్నరు. చెప్పే జాగల మాత్రం చెప్పుతనే ఉన్నరు. వినుడు మాత్రం ఎవలు వింటలేరు. నవ్వుతున్నరు.

ఎంపీటీసీలకు జెడ్పీటీసీలకు ఎలక్షన్లు. పాత పార్టీలకు పాత మెంబర్లున్నర. కొత్త పార్టీకి కొత్త మెంబర్లు గావాలె. ఈ మధ్య గాలి మారింది. ఆకలితో వున్నవానికి అన్నం గావాలె. కరువులో ఉన్నవానికి నీళ్లు గావాలె. నాయకులకు అధికారం గావాలె.

అధికార పార్టీ నీళ్లు ఇస్తామనలేదు. ప్రతిపక్ష పార్టీ నీళ్లు తెస్తాననలేదు. తెలంగాణ పార్టీ నీళ్లు తెస్తానంటుంది. అందరూ దాన్ని నీళ్ల పార్టీ అంటుండ్రు. నీళ్ల నీళ్లంటుండ్రు. రైతులందరు ఒక్కటయితండ్రు. నిరుద్యోగులు ఒక్కటయిండ్రు. రైతు నాగలి దిక్కు చూస్తండు.

టీడీపీ బీజేపీ అలయన్సు. ఈసారి జెడ్పీటీసి సీటు తెలుగుదేశానికి వచ్చింది. సహదేవరెడ్డి సీటుకు ఎసరు వచ్చింది. ట్రై చేసిండు. కుదురలేదు. సీనియర్లు సాగనియ్యలేదు. రెడ్డికి సీటు ఇయ్యలేదు. అటు చూసిండు ఇటు చూసిండు. ఆలోచించిండు. మిత్రులతో మంతనాలు చేసిండు. రెండు ట్రాక్టర్లను, ట్రాక్టర్ల నిండా జనాన్ని కిరాయికి మాట్లాడిండు. సహదేవరెడ్డి ముందు కూసుంటే జనం ఎనుక కూసున్నరు. నువ్వు ఎటంటే మేము అటే, నువ్వు ఏదంటే మేము అదే అన్నరు.

ట్రాక్టర్లు బయలుదేరినయి. కరీంనగర్ల ఆగినయి. అక్కడ బైరంగసభ, గులాబీ రంగు జెండా లెగురుతున్నయి. తెలంగాణ పాటలు మోగుతున్నయి. బతుకమ్మ ఆడుతండ్రు. పీరీలు ఊగుతండ్రు. ఎల్లమ్మ గడజోగుతండ్రు. బోనాలతో తిరుగుతండ్రు. గటుక గుడాలు తింటుండ్రు.

అక్కడ సహదేవరెడ్డి టీఆరెస్ల కలిసిండు. మెడల దండ ఏసుకున్నడు. కాషాయం కండువా తీసి కిందపడేసి గులాబి రంగు కండువా మెడల ఏసిండు. సభకు వందనం చేసిండు. ఆ గుంపుల నారాయణ గూడా ఉన్నడు. రెడ్డికి జై అన్నరు.

సహదేవరెడ్డి తెలంగాణ పార్టీ నుంచి టికెట్ తెచ్చుకున్నడు. జెడ్పీటీసిగా నామినేషన్ ఏసిండు. గాలివాటం చూసిండు. ఇంతకుముందు పాడిన కరువు

పాటను ఇప్పుడు ముందటేసిండు.

నారాయణ ఒకనాడు రెడ్డిని కలిసి ఎంపీటీసికి పోటీ చేస్తనన్నడు. చేస్తే చెయ్యిగని బరువు మోత్తవా అన్నడు. పైనుంచి టికెట్ గూడా తెచ్చిండు. నారాయణ ఎంపీటీసిగా నామినేషన్ ఏసిండు. అతడికి కాంగ్రెస్ తరుపున ఎల్లయ్య పోటీ. ఇంకో పోటీ తెలుగుదేశం మనిషి. మొత్తం ముగ్గురు పోటీ. జెడ్పీటీసికి గూడా ముగ్గురు పోటీ. మూడు పార్టీలు, మూడు జెండాలు, మూడు వర్గాలు, ముగ్గురు మనుషులు. కరువు బియ్యం పంచుతం అన్నరు. తెలుగుదేశం వాళ్లు కడుపు నింపుతమన్నరు.

అవినీతిని అరికడుతామన్నది కాంగ్రెస్. నీళ్లు తెస్తామన్నరు టీఆర్ఎస్‌వాళ్లు. తెలుగుదేశపోల్లు ట్రాక్టర్ల మీద ర్యాలీ తీసింద్రు. కాంగ్రెసోల్లు డప్పులతో ర్యాలీ తీసింద్రు.

నారాయణ దగ్గర ఇంతకుముందు యూత్ ఉండె. మూతి ముందటికి సారసీసా లచ్చేపాటికి యూతు మొత్తం సారా పార్టీ అయింది. నారాయణ చిన్న చిన్నగా అప్పు చేసిండు. చేతి మీది గడియారం, భార్య మెడల పుస్తెలతాడు అమ్మిండు. తల్లికి, తండ్రికి ఆ సంగతి తెలువది.

“నీ పార్టీ పాడుగాను ఎవ్వలనడిగినా సైకిల్ అంటుంద్రు. నువ్వేం గెలువవు ఖర్చు వెట్టకు” పద్మ తిడుతోంది.

కాంగ్రెస్ తరుపున ఎల్లయ్య మోత మోగిత్తండు. టికెట్ ఆయన పేరు మీదనే తెచ్చుకున్నడు. దేశం తరపున వెంకటాద్రి మోత మోగిత్తండు. తన తరుపున వేరే వ్యక్తికి టికెటు ఇప్పించిండు. గోడరాతలు వాళ్లకే. కల్లు దుకాండ్లు వాళ్లకే. ఇద్దరు ఫిఫ్టీ ఫిఫ్టీ ఉన్నరు. తెలంగాణ పార్టీ తెల్లబోయింది.

దేశంకు పార్టీ తరపున ఫండ్స్ వచ్చినయి. వెంకటాద్రి జేబులో నొక్కిండు. బయటకు పొక్కనీయలేదు. క్యాండియేట్‌కు కూడా తెలువనీయలేదు.

కాంగ్రెస్‌కు పార్టీ తరపున ఫండ్స్ వచ్చినయి. ఎల్లయ్య నొక్కేసిండు. కార్యకర్తలకు కూడా తెలువనియ్యలేదు.

తెలంగాణ పార్టీ ఫండ్స్ రాలేదు. జెండాలచ్చినయి. వాల్‌పోస్టర్లచ్చినయి. కానీ పైసలచ్చినయన్న పుకారు వచ్చింది. పుకార్లలో ముందుంది, ప్రచారంలో వెనుక ఉంది.

నారాయణకు మనుసున పడుతలేదు.ఎట్ల...ఎట్ల అనుకుంటూ ఎప్పుడూ తెలంగాణ పాటలు పాడే సారును కలిసిండు. ఏమైనాగానీ ఆఖరి ప్రయత్నమనుకున్నడు.

"సారూ... ఎట్ల... మనం ఎనుకబడితిమి. డిపాజిట్ గూడా రాదు" అన్నడు. సారు నవ్వ్రిండు. పది, ఇంటర్ సదివే పదిమంది పోరగాండ్లను తయారుజేసి వాళ్ల రాగాలు చూసిండు. ఐదు పాటలు నేర్పిండు. వాళ్లు పొద్దంతా సదువుకు పోతరు. వచ్చినంక దక్కీవడుతరు. అక్కడొక పాట, అక్కడొక పాట. ఊరంతా పది పాటలు పాడుతరు. అప్పటికి రాత్రి అయితది. ఇంటికి పోయి తిని నిద్రపోతరు.

వారమయింది. రెండు వారాలయింది. ఎలక్షన్లయినయి. ఫలితాలు వచ్చినయి.బియ్యం పార్టీకి దయ్యం బట్టింది. అవినీతిని అరికడుతనన్న పార్టీ అన్యాయమయిది. నీళ్లు దెస్తానన్న పార్టీ మాత్రం నిలవడ్డది.

ఒక్క జాగలగాదు, రెండు జాగల గాదు. తెలంగాణ అంతటా కరువుంది. అంతటా నీళ్లు గావాలె. అంతటా నీళ్ల పార్టీ నిలిచింది. జనం ఎవలకూ గాదు... నీళ్లకోసం ఓటు ఏసిండ్రు. నీళ్లు గావాలన్నరు.

"చూసినవా... గాలి ఎటు తిరిగిందో...." ఎల్లయ్య అన్నడు చెయ్యి ఊపుతూ.

"నువ్వో నేనో అనుకున్న. నడుమ నారిగాడు కొట్టుకపోయె" వెంకటాద్రి అన్నడు.

"అరే... ఇట్లెట్ల అయితది. ఎవలూ అనుకోలేదు. కొన్ని జిల్లాలల్ల జెడ్పీ చైర్మెన్‌లు గూడా తెలంగాణకే వచ్చినయట" అన్నడు ఎల్లయ్య.

"వస్తయి వస్తయి ఎందుకు రావు. గుర్తు పాపులర్ అయింది. రైతునాగలి గుర్తు గదా... అది జనతా పార్టీ గుర్తు. వీళ్లకు ఇయ్యద్దు. ఎందుకిచ్చినరో తెలువది. ఈ గుర్తు గనుక ఉంటే అసెంబ్లీ సీట్లు అన్నీ సంపుకత్తది" సర్పంచ్ భయంగా అన్నడు.

"గుర్తు ఒక్కటే కాదు. తెలంగాణ మీద అందరికీ ప్రేమ ఉంది. ఆశ వుంది. అది వస్తే తమ బతుకులు బాగుపడతయని, తమ పిల్లలకు నౌకర్లస్తయని, చెరువులు, కుంటలు నిండి బీదరికం పోతదని ఆశ ఉంది"

అన్నడు ఎల్లయ్య.

"అది వట్టి ఆశనే మామా... గద్దె ఎక్కడానికి ఎప్పుడూ ఏదో ఒక కొత్త పథకం. అది రాదు, ఇది పోదు. వచ్చినా మన దరిద్రం పోదు. ఇప్పుడు తెలంగాణ పార్టీలోనే చూడు. ఎంపీటీసిలు జెడ్పీటీసులుగా గెలిచింన్రు. వీళ్లకు ఎంతవరకు సిద్ధాంతం తెలుసు...? ఎంతవరకు తెలంగాణ కోసం పోరాడుతరు. నీళ్లు దెస్తం... నీళ్లు దెస్తమన్నరు. ఎక్కడి నుంచి తెస్తరు. రేపు అసెంబ్లీ ఎలక్షన్ల నాటికి వీళ్ల రంగు బయటపడుతది. జనం వీళ్ల మొఖం చూడరు" సర్పంచ్ అన్నడు.

ఎల్లయ్య తలూపిండు. ఏదో ఎలక్షన్లప్పుడు ఏరువడ్డం. ఇప్పుడు కలిసి ఉందాం అన్నడు. వెంకటాద్రి గూడా సరేనన్నడు. ఎందుకంటే సర్పంచ్ ఎలక్షన్లు ఎంతో దూరం లెవ్వు. ఈసారి రిజర్వేషన్ లేదు. తనే నిలబడాలనుకుంటున్నడు.

నారాయణ ఊరేగుతున్నడు. క్యాడర్ వెనక్కి తిరిగింది. యూత్ వెనక్కి వచ్చింది. అన్నా, అన్నా అన్నరు. దండలేసింన్రు. డప్పులు గొట్టింన్రు. ట్రాక్టర్ మీద ఎక్కిచ్చి ఊరు తింపింన్రు. మండలంలో సహదేవరెడ్డి ఊరేగిండు. ఇద్దరు అలాయి బలాయి తీసుకున్నరు.

ఫలితాలు ఎమ్మెల్యేకు దడ పుట్టించినయి. తన క్యాడరును అలర్ట్ చేసిండు.

మండల ప్రెసిడెంటు ఎలక్షన్లయినయి. ఎంపీటీసీలు జమయింన్రు. మూడు పార్టీల వాళ్లున్నరు. ఒకటి ఎక్కువ. ఒకటి తక్కువ. అండ్ల నుంచి ఇండ్లకు. ఇండ్ల నుంచి అండ్లకు. కప్పల తక్కడి అయితంది. ఇండిపెండెంట్లకు గిరాకీ పెరిగింది.

ఎంపీటీసీలు మొత్తం పదమూడు మంది. ముగ్గురు తెలుగుదేశం, ముగ్గురు ఇండిపెండెంటులు. ఇద్దరు కాంగ్రేసు. ఐదుగురు తెలంగాణ. ఇండిపెండెంట్లను ముందుగానే దేశం కొన్నది. వాళ్లు ఆరుగురయింన్రు. ఇంకొక్క మనిషి గావాలె.

కాంగ్రేసును చీల్చాలని చూసింన్రు. వాళ్లు చీలిపోలేదు. లక్ష రూపాయలు చేతులవట్టుకున్నడు. టీఆర్ఎస్‌ను చీల్చాలని చూసిండు. నారాయణ గాలానికి పడ్డడు. ప్రమాదాన్ని పసిగట్టిన టీఆరెస్ నాయకుడు నారాయణను బుదురకిచ్చిండు. క్యాంపులు పెట్టింన్రు. అందరికందరిని పట్నంల హోటల్‌ల

దాచిపెట్టిండ్రు. సర్వీసు మాట్లాడి టూర్ పంపిండ్రు. నారాయణను బుదురకియ్యడానికి అందరి సాటుకు లక్ష ఖర్చయింది. ఒక ఇండిపెండెంటు డబల్ గేమ్ ఆడి తెలంగాణకు మద్దతు ఇచ్చిండు. అధ్యక్షుడు కుర్చీమీద కూసుండేసరికి నెల దాటింది. అందులోనే ఇంకో నాయకుడు తయారయిండు. రెండేండ్ల తర్వాత కుర్చీ మార్చుకునే ఒప్పందం కుదిరింది. అది రహస్యంగా, జెడ్పీటీసీ సమక్షంలో కుదిరింది. నారాయణ బాకీలన్నీ తీరిపోయినయి. చేతుల పైసలు మిగిలినయి. సాయిలు మాత్రం బాధపడ్డడు.

గద్దెలెక్కి వాళ్లు నిధుల కోసం చూస్తున్నరు.

గద్దెను ఎక్కించి వీళ్లు నీళ్లకోసం చూస్తున్నరు.

నీళ్లు రాలేదు గనీ నిధులు వచ్చినయి. ఎంపీటీసీ నిధుల కింద మోర్లు, జెడ్పీటీసి నిధుల కింద రోడ్లు వచ్చినయి. పనులు ఒకదానితో ఒకటి లెంక. వెంకటాద్రి, నారాయణ కూసుండి తింటుండ్రు. కూసుండి తాగుతుండ్రు. దోస్తులయిండ్రు. మల్లయ్య వీళ్లను కలుపుకున్నడు. నెలా రెండు నెలల్లో ముగ్గురిది ఒక్క గొంతయింది. ఎంపీటీసి, సర్పంచ్, చైర్మెన్ ముగ్గురూ చేతులు కలుపుకున్నరు. అధికారం అందరినీ ఒకటి చేసింది.

ఇంటర్ పరీక్షలో రాజు ఫేలయిండు. ఊరు తిరుగుతండు. కవిత కూడా ఫేలయింది. బీడీలు చేస్తంది. గంపలో బీడీలు వేసుకుని కార్కనలో ఇచ్చి వస్తుంది. వస్తూ వస్తూ కిరాణం దుకాణం ముందు ఆగి అక్కడ కూర్చున్న రాజుని చూసి నవ్వుతుంది. అతడు కూడ నవ్వుతూ మాట్లాడిత్తడు. ఎక్కిరిత్తడు. కార్కాన టేకేదారు ఈ సంగతి చూసి ఇద్దరికీ, ఇది బుద్ధిగాదని చెప్పిండు. నా కార్కానకు చెడ్డపేరు వత్తదంటూ రాజును బెదిరించిండు.

ఆ భయంతో రాజు దుకాణం ముందు కూర్చుంటలేడు. కవిత కండ్లు అతడి కోసం వెదుకుతున్నయి. చుట్టూ చూస్తున్నయి. బాధవేసి ఏడుపు వస్తోంది. దీనికి కారణం టేకేదారేనని తెలిసింది. అతడి మీద కోపం వచ్చింది. బీడీలు సరిగ్గా చెయ్యలేదు. మూతులు సరిగ్గా ఒత్తలేదు. దారం సరిగ్గా కట్టలేదు. బీడీల కట్టలను టేకేదారు ముందు పెట్టింది ఒకనాడు.

టేకేదారు ఆగమయిండు. "ఇవి బీడీలా, బుడాలా, ఇట్ల చేసినవేంది?" అంటూ గంపకు గంప పక్కన పెట్టిండు. "ఒక్క బీడీ కూడా తీసుకోను. ఇట్ల

జేస్తే నా నెత్తికి బురదే" అన్నడు.

"మా వదిన చేసింది" కోపంగా అన్నది కవిత.

"మీ వదినను రమ్మను పో" అంతే కోపంగా అన్నడు టేకేదార్ మాట వరుసకు.

కవిత ఇంటికి పోయింది. ఇంట్ల వదిన, దేవేందర్‌రెడ్డి ఉన్నరు. టేకేదారు అన్న మాటలు చెబుతూ చెబుతూ నిన్ను రమ్మన్నడని చెప్పింది. శోభ అపార్థం చేసుకుంది. అట్లా చేసుకునేటట్టు చెప్పింది కవిత, కావాలనే.

"వానికెంత దమ్ము. నిన్ను రమ్మంటడా...?" దేవేందర్‌రెడ్డి అన్నడు అనుమానంగా. శోభ అలిగి పన్నది. బాల్‌రాజ్ వచ్చి సంగతి విని అగ్గిమీద గుగ్గిలమయిండు. మామ మల్లయ్య వచ్చి విషయం తెలుసుకుని కత్తులు నూరిండు. తండ్రి కొడుకులు ఇద్దరు కలిసి తిట్టుకుంట కార్ఖాన కచ్చింద్రు. మధ్యలో రాజు తోడయిండు. ఇద్దరు ముగ్గురు దోస్తులను తెచ్చిండు. ఎట్లన్నా టేకేదారు మీద పగ తీసుకోవాలనుకున్నడు.

తనది తప్పు లేదని టేకేదారుకు తెలుసు. అందుకే బిర్రుగా మాట్లాడిండు. మాటా మాట పెరిగింది. పిల్లలు మర్రవద్దరు. టేకేదారును కొట్టింద్రు. కుస్తీ పట్టింద్రు.

టేకేదారు బీడీలను నేలకు కొట్టిండు. కంపెనీకి తాళం వేసిండు. బండి ఎక్కిండు.

"యాడికిరా" అన్నడు మల్లయ్య. "బీడీలు ఎవలు తీసుకుంటరురా..." అన్నడు మళ్లీ తనే.

మళ్లీ పంచాది. మళ్లీ లొల్లి. మళ్లీ కుస్తీ ఈసారి పిల్లలు ఆగలేదు. బండిని పొట్టు పొట్టు చేసింద్రు, టేకేదారును ఇరుగతన్నింద్రు. భయానికి టేకేదారు పారిపోయిండు.

చేసింది పిల్లలు. చేయించింది రాజు. పడింది మల్లయ్య మీద, బాల్‌రాజు మీద. తెల్లారి నుంచి కార్ఖాన బందు. బీడీలు చేసే ఆడోళ్ల ఆగమయింద్రు. పైసలు పంచే రోజు అది. అందరూ పైసల కొరకు ఎదురు చూస్తంద్రు. అంతలోనే ఈ లొల్లి. తండ్రికొడుకులు కలిసి టేకేదారును కొట్టింద్రని పుకారు.

ఆడోళ్లందరు బదులుకుని మల్లయ్య ఇంటిముందు కూసున్నరు. "మా

బతుకుదెరువు ఎట్ల...? కార్ఖాన బందువెట్టించినవు. నువ్వే తెరువాల నీదే తప్పు" అన్నరు.

శోభ ఏదో అంది. నువ్వు సక్కని దానివా అని వాళ్లు మండిపడ్డరు. యాడ చూసినరే అని శోభ కయ్యిమన్నది. మాట మాట పెరిగింది. శిఖెలు శిఖెలు పట్టుకునే టయానికి సర్పంచ్ వచ్చి ఆపిండు.

అప్పటికి బడి పని మొదలుపెట్టిండు సర్పంచ్. యాభై వెయిల పనయింది. చెక్కు రడీ అయింది. శోభ సంతకం లేక ఆగింది. మల్లయ్య పెట్టలేదు. ఇంకా ఐదు వెయిలు కావాలన్నడు. ఐదు వెయిలు ఇస్తెనే సంతకం పెడుతనన్నడు. వెంకటాద్రి ఇయ్యలేదు. మల్లయ్య పెట్టలేదు. అది పెండింగుల వడ్డది.

ఇప్పుడు టైం కుదిరింది. ఈ ఇరుకులనే సురుకు ఒత్తాలనుకున్నడు వెంకటాద్రి. "ఏం మల్లన్నా... ఏమంటవు? టేకేదారును కొడితివి. తోలుకత్తవా...? కేసు పెట్టుమంటవా...?" వెంకటాద్రి అడిగిండు.

"నేనెందుకు కొట్టిన. నేను చెయ్యి గూడ ఎత్తలేదు" మల్లయ్య అన్నడు. మాట మింగుతున్నడు. భయపడ్డడు.

"నువ్వు కొట్టినవా... నేను కొట్టిననా.. అన్నది పోలీసులు చెప్పుతరు. ఇప్పుడు వీళ్లందరిని తీసుకొని స్టేషన్ వెళ్త. నీ ఇష్టం" అన్నడు సర్పంచ్ వెంకటాద్రి బెదిరిస్తున్నట్టు.

మల్లయ్య సల్లవడి సాటుకు పిలిచిండు. సర్పంచ్ పోయి చెక్కు తీసి సంతకం చేయించుకున్నడు. "బడి కాంట్రాక్టు నీదే. ఎట్లన్నా బయటపడెయ్యి" అని బతిమిలాడుకున్నడు మల్లయ్య.

"కొంత ఖర్చయితది" సర్పంచ్ అన్నడు.

"వెయ్యి" అన్నడు మల్లయ్య.

"మూడు" సర్పంచ్.

రెండు వెయిలు ఇచ్చే ఒప్పందం కుదిరింది. సర్పంచ్ అందరినీ శాంత పరిచిండు.

"టేకేదారును రప్పించి పైసలు పంచిపిస్త. ఆకు తంబాకు వేయిస్త. అంతా నేను చూసుకుంట" అన్నడు. అందరు సల్లవడ్డరు.

అన్నట్టే తెల్లవారి కార్ఖాన తెరిచిండు టేకేదారు. భయపడుతున్నడు.

అందరికి వంగి వంగి దండం పెడుతున్నడు. అడిగినంత ఆకు వేస్తండు. తంబాకు కొసరు వేత్తండు. ఒకటికి రెండు దారపు రీళ్లు ఇస్తండు. అవ్వా అక్క అంటుండు. ముందటి బిర్రులేదు. కోపం లేదు. పొడపొడ మాటలు లేవు. వంకర టింకర సూపులు లెవ్వు.

ఇంతలో ఎంత మార్పు అనుకున్నారు అందరు. అసలు కార్ఖాననే తెరువడనుకున్నారు కొందరు. వెంకటాద్రి ఏం చెప్పిండోనని కొందరు గుసగుసలాడుకున్నరు.

అసలు విషయం మూడు రోజులకు తెలిసింది.

అన్నలు టేకేదారుకు అల్టిమేటం పంపిండ్రట. కార్ఖాన తెరువకుంటే నరుకుతమన్నరట. ఆకు, తంబాకు ఎందులోనూ తేడా రావద్దన్నరట. అదీ భయం. అదీ బుగులు. వెంకటాద్రి చేసిందేమీ లేదు.

పైకి ఎవలకూ ఏమీ తెలువనట్టే ఉన్నరు. ఒకరికొకలు దొరుకడం లేదు. లోలోపల అందరికీ తెలిసిపోయింది. కేసు ఎటుపోయి ఎటు వస్తదోనన్న భయం పట్టుకుంది మల్లయ్యకు. ఎందుకైనా మంచిదని పోశాలునూ... ఎల్లయ్యను చేతులు పట్టుకున్నడు. దేవేందర్‌రెడ్డిని ఎంట పెట్టుకున్నడు.

బడి గంట కొట్టిండ్రు. బడి తెరిచిండ్రు. ఉన్నది యూపీఎస్. చెప్పేది ఇద్దరు సార్లు. ఒకలు పెద్దసారు. నెలకు పది మీటింగులు. బడికి వచ్చినంకనో రాకముందో అటెండ్ అవుతడు. చిన్నసారు ఇన్‌చార్జ్. ముగ్గురు విద్యావాలంటీర్లు. మూడు నెలల నుంచి జీతాలు లేవు. ముక్కు ఇరిసిండ్రు. సక్కగ పని చేస్తలేరు. ఇదేమిటంటే జీతమేది? అంటుండ్రు. మీరు నెలనెలా తీసుకుంటరు. మాకు వద్దా అంటరు. అది నిజమే అనిపిస్తుంది. మండలం పోయి అడిగితే రాలేదంటరు. అన్ని పైసలు ఒక్కసారే వస్తయంటరు. పని సక్కగ చెయ్యమను జీతం ఎటుపోతది అంటరు. ఇయ్యాల్ల పని చక్కగా చేయకుంట రేపు జీతం తక్కువ తీసుకుంటవా...? అంటరు. అదీ నిజమే అనిపిస్తుంది.

మండల అధికారులతో జీతాలు మాట్లాడి ఆ రోజు అరగంట లేటు వచ్చిండు పెద్దసారు. స్కూటర్‌ను చెట్టుకింద ఆపిండు. బడిలో మంది నిండిండ్రు. ఏం పంచాదిరో అనుకున్నడు.

గుంపు గూడిన జనంలో చిన్నసారున్నడు. అతడి మెడలో దండ వుంది. నుదుటన బొట్టు ఉంది. జనం నవ్వుతున్నరు. సారు కూడ ఏడ్వలేక నవ్వుతున్నడు.

పెద్దసారు వరండా గద్దె ఎక్కిండు. వెంకటాద్రి ఎదురుగా వచ్చి మెడలో దండవేసి నుదుటన బొట్టు పెట్టి జైకొట్టిండు.

“సారు, మీరు రేపటి నుంచి మా ఊరిలోనే ఉండండి సార్. మీరు మా ఊర్లె ఉంటే మా పిల్లలు భయంగా సదువుతరు. సుట్టుపక్కలోల్లకు కారట్లు రాస్తరు. కారట్లు సదువుతరు. ఎంతో మంచిగుంటది” అన్నడు.

పెద్దసారు నోరు తెరిచిండు. దీనివెనుక పోలీసోళ్ల ఫోర్సు ఉన్నట్టు తెలుసు. ఉపాధ్యాయ సంఘాలు కొన్ని అన్నలకు సపోర్టు ఉన్నయని వాళ్లకు నమ్మకం. పల్లెటూర్ల సదువు చెప్పుతారు. పట్టణాలకత్తరు. రాజకీయం చేత్తరు. బడికి పోతరో లేదో తెలువది. ఉన్న జాగల ఉండరు. ఎక్కడోళ్లు అక్కడుంటే మెసేజ్ పాస్ గాదు. కమ్యూనికేషన్ గ్యాప్ ఉంటది. ఇది కరీం నగర్ ఎస్పీ ఆలోచన. అది పోలీసులకు చెప్పిండు. వాళ్లు ఊరూరి సర్పంచ్‌లను పిలిచింద్రు అల్టిమేటమిచ్చింద్రు. సార్లకు దండలెయ్యమన్నరు.

సర్పంచ్‌లు జనాలను జమచేసి ర్యాలీలు తీసింద్రు. దండలు వేసి హారతులు ఇచ్చి మా ఊరికి రండీ అన్నరు. మాతో ఉండండి అన్నరు. ఇప్పుడు చిన్నసారును పెద్దసారును ఇట్లనే అంటుంద్రు.

పెద్దసారు ఏసిన దండ తీసి చేతుల పట్టుకుని కుంకుమబొట్టును తుడుచుకున్నడు. మందిలో చిన్నసారును చూసిండు. అతడి నుదుటన పొడుగాటి బొట్టు ఉంది. నవ్వుతండు. మెడలోంచి ఇంక దండను తియ్యలేదు. పెద్దసారును చూసి నమస్తె కొట్టిండు.

“సార్ ఎప్పటి నుంచి ఉంటరు మా ఊర్లె...” వెంకటాద్రి అడిగిండు.

“మంచి రూం చూస్తం” ఇంకొకలన్నరు.

“కూరగాయలు ఫ్రీ”

“నేను పాలు ఫ్రీగా పోస్త”

రకరకాల మాటలు రకరకాల వ్యాఖ్యలు. పెద్దసారు మొఖాలు చూసిండు. ఏమన్నా ఎదురు తిరుగుతరు. అందుకని నవ్విండు. రోజూ పది మైళ్ల దూరం

నుంచి బండి మీద వస్తడు. ఆ దూరం ఒక లెక్కగాదు. యాభై అరువై కిలోమీటర్ల దూరం నుంచి వస్తంద్రు. ఆపితే వాళ్లను ఆపాలనుకున్నడు. చిన్నసారుది పక్క ఊరే. సైకిల్ మీద వస్తడు.

“ఉంట ఉంట... ఇప్పటికిప్పుడంటే ఎట్లా...? నెలనో రెండు నెలలో ఆగితే అన్నీ సదురుకుని వస్తం. చిన్నసారు, నేను ఇద్దరం ఒక్కటే జాగల వుంటం” పెద్దసారు అన్నడు.

చిన్నసారు ఔనౌను అని వంతపాడిండు. పెద్దసారు సామాన్యుడు గాదు. బోడజుట్లు ముడేత్తడు. అందుకని వాళ్లకంటే ముందుగనే అందుకున్నడు. సార్లు ఊర్లె ఉంటే ఎంత లాభమో చెప్పిండు. ప్రజల్లో చైతన్యం రావాలన్నడు. సార్లను ఊర్లనే ఉండాలంటూ వాళ్ల మాటలు వాళ్లకే అప్పజెప్పిండు.

అక్కడ ఉన్న వాళ్లంత నమ్మింద్రు. “పెద్దసారు నిజమే చెప్పిండు. మన ఊర్లెనే ఉంటడట. ఇప్పుడే రమ్మంటే ఎట్ల..? రెండు నెలలు ఆగనీ” అన్నరు. అప్పటి మందం శాంతపడి ఎవరి దారిన వాళ్లు పోయింద్రు. పెద్దసారు ఆలోచనలో పడ్డడు.

బిల్డింగు పని వెంకటాద్రి చేస్తండు. ఇష్టమున్న లెక్కలు రాస్తండు. పెద్దసారు గది చూస్తనే ఉన్నా ‘పోనీలే నాకేంది’ అనుకుని ఇప్పటిదంక చూసి చూడనట్టున్నడు. ఇప్పుడు ఆ వెంకటాద్రే దండవేసి ఖచ్చితంగా ఊర్లె ఉండాలంటున్నడు.

పోశాలు భార్య అన్నం వండుతూ బియ్యం లెక్కలు రాస్తంది. కానీ సగం లెక్కలు తప్పులే రాస్తంది. పెద్దసారు గది చూసి కూడా పోనీ బతుకని అనుకున్నడు. కానీ ఇప్పుడు ఆ పోశాలే బొట్టు పెట్టి మా ఊరికి రావాలన్నడు.

మల్లయ్య బడిలెక్కలు రాస్తూ పనుల మీద కమీషన్లు తీసుకుంటూ, బడిల పైసలు వాడుకుంటండు. అయినా పెద్దసారు పెదవి విప్పలేదు. ఎవరికీ చెప్పలేదు. ఇప్పుడు ఆ మల్లయ్యనే తువ్వాల కప్పిండు. ఊరిలోనే ఉండాలన్నడు.

పెద్దసారుకు కోపమచ్చింది. ఇంటి దగ్గర ఎద్దు ఎవుసం. ఒక్కనాడు ఇంటిలో లేకుంటే పని ఆగిపోతది. పాలిచ్చే బర్లున్నయి. ఇక్కడికి వచ్చి ఉంటే కుదరదు. రాకుంటే వీళ్లు ఊర్కోరు. మొదట్లోనే ఆపివేయాలి. మొగ్గలోనే తుంచివేయాలి. ఈ ముగ్గురి కాళ్లకు బంధం వెయ్యాలి. లేదంటే తను చెప్పినట్టు

వినరు అనుకున్నడు. ఊరి మర్మమంతా సారుకు తెలుసు. సారు మర్మం ఊరికి తెలువది.

అప్పుడు పెద్దసారుకు నారాయణ గుర్తుకచ్చిండు. నారాయణంటే ఇప్పుడు ఎంపీటీసీ నారాయణ. కొందరు తెలంగాణ నారాయణంటరు. గెలిచిన మొదట్లో తెలంగాణ మీటింగులని తిరిగిండు. మేధావుల సదస్సు అన్నడు. ఊర్లె ఉన్న ఉద్యోగులను ఏకం జేసిండు. అప్పుడు చెట్టు పేరు చెప్పిండు. ఇప్పుడు కాయలు అమ్ముతుండు. తెలంగాణ పేరు చెప్పి కాంట్రాక్టు కమీషన్ల మీద పడ్డడు.

రెండు రోజులు ఆగి పెద్దసారు నారాయణకు కబురు పెట్టిండు. అతడు వచ్చిండు.

"ఏమాయె ఎంపీటీసీ సాబ్... బడికి వత్తనే లెవ్వు. సార్ల మీద కోపమొచ్చిందా..?" అన్నడు.

నారాయణ నవ్విండు. "ఏ ఏం కోపం లేదు సార్... ఉన్నరు గదా మీ బడి త్రిమూర్తులు. అంతా వాళ్లే చూసుకుంటుండ్రు గదా..." అన్నడు.

పెద్దసారు చాయ్ తెప్పించిండు. అందరు తాగిండ్రు.

"మా బడి అంటున్నవు మీ బడిగాదా..." నవ్వుతూ అడిగిండు పెద్దసారు.

"ఏ... మాటవరుసకన్న. అందరి బడి" నారాయణ నవ్విండు.

బడి సంగతులన్నీ చెప్పిండు సారు. చెబుతూ చెబుతూ ఒకమాట చెప్పిండు. "మన పక్క ఊర్లె చూసినవా... బడిలో పెద్ద కత జరుగుతుంది. రెండు సంవత్సరాల నుంచి ఒక గ్రూపు అన్నం వండుతుంది. మొదట అంతగా లాభం లేకుండె. ఇప్పుడు మస్తు లాభముంది. కట్టెలని, పప్పులని, సరుకులని నెలకు రెండు మూడు వేల బిల్లు. అది ఇంకో గ్రూపుకు తెలిసింది. మీరు రెండేండ్లు వండిండ్రు, మేము రెండేండ్లు వండుతం అని ఎదురు తిరిగిండ్రు. ఊరంతా నిజమే అన్నరు. ఎప్పటికి ఒక్కలేనా... ఇంకో గ్రూపు వండనీ అన్నరు" సారు చెప్పిండు. మెల్లగ అగ్గి రాజేసి అంటు పెట్టిండు.

నారాయణకు సాలు చెప్పినట్లయింది. "అవును నిజమే. మన ఊర్లె గూడా ఒక్కటే గ్రూపు వండుతున్నరు గదా... ఇంకొకలు మారాలె" అన్నడు.

పెద్దసారు అనుకున్న స్పందన వచ్చింది. లోలోపల నవ్వుకున్నడు. నవ్వుకుంటూ "చైర్మెన్ ఎలక్షన్లున్నయి. ఎవలన్నా మంచి క్యాండిడేటును

చూడాలె. మల్లయ్య వచ్చిండంటే లోపల ఏసుకునుడే గాని బడికి చేసిందేమి లేదు" అన్నడు.

చాలాసేపు మాట్లాడిండు నారాయణ. మధ్య మధ్యలో అందరి లొసుగులు చెప్పిండు పెద్దసారు. "ఎవలతోని అనకండ్రి. మాకు తెలంగాణ అంటే అభిమానం. అందుకే మీకు చెబుతున్న" అన్నడు.

తెల్లవారింది. బడిగంట కొట్టిండ్రు. అన్నం వండడానికి గ్రూపు వచ్చింది. వాళ్ల కంటే ముందు పద్మ గ్రూపు వచ్చింది.

"మీరు రెండేండ్లు వండిండ్రు. మేము రెండేండ్లు వండుతం" పద్మ గ్రూపు ఎదురు తిరిగింది.

"ఆ రోజు ఎవలూ రాలేదు. మేము మొండికి పట్టుకున్నం. ఈ రోజు మీకు కన్నెర్ర అయింది. మేమె వండుతమని వచ్చిండ్రు. ఇది పద్ధతేనా..." పాత గ్రూపు అన్నది.

కొత్త గూపుకు పాత గ్రూపుకు కొట్లాట. ఒకరిని ఒకరు తిట్టుకున్నరు. ఒకరు పొయ్యి అంటు పెట్టిండ్రు. ఇంకొకరు నీళ్లు పోసిండ్రు. ఒకలు ఎసరు పెట్టిండ్రు. ఒకలు పారవోసిండ్రు. ఆనాడు వంట వండలేదు. తిండి పెట్టలేదు. పిల్లలు ఖాళీ కడుపుతో ఇంటికి పోయిండ్రు. ఇట్లా రెండు రోజులు గడిచినయి. వాళ్లు వంట చేస్తామని వచ్చుడు. వీళ్లు అడ్డుపడుడు. లొల్లి, కొట్లాట. అటు నారాయణ. ఇటు కుంటి పోశాలు. ఎత్తేసుకున్నరు. దించుకున్నరు. పేరెంట్స్ అందరూ బడికి వచ్చి సారును కలిసిండ్రు. సారు సర్పంచ్‌ను, చైర్మెన్‌ను పిలిచిండు. చేతులు వాళ్ల నెత్తిమీద పెట్టి సల్లగ పక్కకు జరిగిండు.

చైర్మెన్ మల్లయ్య పాత గ్రూపు. ఎందుకంటే పోశాలును ముందుగా కలిసింది, వండమని చెప్పింది మల్లయ్యనె.

సర్పంచ్ వెంకటాద్రి కొత్త గ్రూపు. ఎందుకంటే బడి మీద మల్లయ్యకు పట్టులేకుండా చెయ్యాలని పట్టుదల.

పంచాది ఇద్దరి మధ్య నిలిచింది. కొద్దిసేపు కొట్లాడిండ్రు. వాదులాడుకున్నరు. కొంతసేపు తర్జన భర్జన చేసిండ్రు. తీర్పు కుదరలేదు. మరునాడు మాట్లాడుదామన్నరు.

"మీరు ఎప్పుడైనా మాట్లాడుండ్రి. అంతవరుదాకా సుంకరోళ్లు అన్నం

వండతరు" సారు అన్నడు. అందరూ ఒప్పుకున్నరు.

పంచాదిని ఇద్దరి మధ్య నిలిపిండు సారు. వంట సుంకర్లు వండుతండ్రు. పిల్లలు అన్నం తింటండ్రు. పాత గ్రూపు ఎండీఓను కలిసింది. కొత్తగ్రూపు ఎమ్మార్వోను కలిసింది. మల్లయ్య ఆర్డీఓను కలిసిండు. సర్పంచ్ కలెక్టర్ను కలిసిండు. నారాయణ జెడ్పీటీసితో పైరో పెడతండు.

అందరూ కొత్త గ్రూపునే సమర్థించినరు. వీళ్లు రెండేండ్లు వండుతరు అన్నరు. అపాయింటుమెంటు ఆర్డర్ ఇచ్చిండ్రు.

పాతగ్రూపు సర్పంచి మీద దుమ్ము ఎత్తిపోసింది. మాకు అడ్డం తిరిగి మమ్ములను ఎటుగాకుండ చేసినవని తిట్టిపోసిండ్రు.

కొత్తగ్రూపు సర్పంచ్కు దండం బెట్టి మాకు అన్నం పెట్టినవన్నరు. రెండు మూడు రోజుల పద్మ గ్రూపుతో ఉండి అన్నం వండించింది. అంతా నేను చూసుకుంట నువ్వెందుకన్నడు నారాయణ. సరేనంది పద్మ. బీడీల చాట ముందటేసుకుంది.

పెద్దసారు ఇట్లా పోశాలు పీడ వదిలించుకున్నడు.

బడి బిల్డింగు పని పూర్తయింది. చివరి బిల్లు కింద డెబ్బై క్వింటాళ్ల బియ్య మచ్చినయి. అవి డీలర్ శోభ ఇంటికి వచ్చినయి. పెద్దసారు దేవేందర్రెడ్డిని రమ్మని పిల్లగాన్ని పంపిండు. ఎన్నడు లేనిది నన్నెందుకు పిలిచెనని అనుకుంటూ దేవేందర్రెడ్డి బడికి వచ్చిండు.

"నమస్తే చైర్మెన్ సాబ్... అంత మంచిదేనా" అంటూ పలకరించిండు.

పెద్దసారుకు దేవేందర్రెడ్డి నమస్తె పెట్టిండుగనీ తికమక పడ్డడు. 'ఆగో... నన్ను చైర్మెన్ అనవట్టె' అనుకున్నడు. పైకి అదే మాటంటూ కుర్చీల కూసున్నరు.

పెద్దసారు కిసకిస నవ్వి "ఊరందరు అంటున్న మాటనే నేనంటున్న. ఇయ్యాల్లనో రేపో స్కూల్ కమిటీ ఎలక్షన్లయితయి. ఎవలడిగినా నీ పేరే చెప్పుతండ్రు. ఇయ్యాల్ల గాకున్నా రేపైనా చైర్మెన్వయితవు గదా!" అన్నడు.

రెడ్డి కొద్దిగా ఉబ్బిండు. పెద్దసారు ఇంకొద్దిగ గాలి కొట్టిండు. రెడ్డి మరింత ఉబ్బి చాయలు, బిస్కెట్లకు ఆర్డరిచ్చిండు. పెద్దసారు మాటలు బడిదిక్కు మలిపి కొత్త రూమును చూపించి సర్పంచ్ కట్టిండని చెప్పిండు. మల్లయ్యకు కమీషన్ ముట్టిందన్నడు. అంటూ అంటూ "రాజుల పైస రాళ్లపాలు దేవన్నా. గవుర్మెంటు

గుడ్డిది. ఈ బిల్డింగే సూడు. లక్ష యాభై వెయిలల్ల కట్టచ్చు. దీనికి రెండు లక్షలిచ్చింండ్రు. అవి సాలయని నిన్న డెబ్బై కింటల్ల బియ్యం పంపిరంట. మల్లన్న పాడుగాను పదివెయిలు దీసుకుని పక్కకు జరిగే. నీ అసొంటోనికి కాంట్రాక్టు కిచ్చినా ఎంత మంచిగుండు" అని సావగతి ముచ్చట చెప్పిండు.

పెద్దసారు పెట్టిన అగ్గికి దేవేందర్‌రెడ్డి బగ్గుమన్నడు.

శోభ ఇంటికి పోయి మల్లయ్యను కలుపుకున్నడు. సంచి సంచికి సలాక ఏసిండు. సగం బియ్యం రాలగొట్టిండు. సంచులు మొత్తం డెబ్బయి ఉండాలె. సంచికి కింటలు బియ్యం ఉండాలె. సంచులు మొత్తం డెబ్బయి బరాబరే వున్నయి. కాని సంచికి కింటలు బియ్యం లెవ్వు.

బియ్యం కథ ఏందని వెంకటాద్రి అడిగిండు. అట్లనే వచ్చినయన్నది శోభ. మాట మాట పెరిగింది. ఆమె ఆడిమనిషి, వీడు మగ మనిషి. వెంకటాద్రి హద్దులు దాటుతలేడు. శోభనే హద్దులు దాటుతోంది.

"నా కద్దు. నువ్వే ఉంచుకపో" వెంకటాద్రి కోపంగా అన్నడు.

"ఉంచుకునుడా... ఎవలనురా నేను ఉంచుకునేది" శోభ అంది.

"నేను బియ్యం ఉంచుకో అన్న. నన్ను 'రా' అంటవా... ఎవలను ఉంచుకుంటవో ఉంచుకపోయె"

"బాడుకావు... ఎవలనురా... నేను ఉంచుకున్నది" శోభ.

"ఆ ముచ్చట నన్ను గాదు. గాంధి గద్దె దగ్గర నిలవడి లాగు దొడుక్కునే పోరన్నడిగినా చెప్పుతడు"

"ఆహా... ఎవడో చెప్పు. లేకుంటే చెప్పు తీసి కొడుత" శోభ కాలెత్తింది.

వెంకటాద్రికి మండుకచ్చింది. తిట్టరాని బూతులు తిట్టిండు. మంది జమ కూడింండ్రు. బాల్‌రాజు వచ్చి సర్పంచ్ మీద చెయ్యేసిండు. సర్పంచ్ బాల్‌రాజును తన్నుడు తన్నిండు. అతడు కిందపడ్డడు.

అప్పుడు వచ్చిండు మల్లయ్య. అతడు వెంకటాద్రిని అనుగవట్టితే బాల్‌రాజ్ లేచి కట్టే పట్టిండు. ఇద్దరు గలిసి వెంకటాద్రిని ఇరుగ తన్నింండ్రు. జనం ఇద్దరినీ విడదీసింండ్రు. దేవేందర్‌రెడ్డి బండి బయటకు తీసి శోభతో పోలీస్‌స్టేషన్ చేరిండు.

ఒక దెబ్బకు రెండు కాయలు రాలినయి. పెద్దసారు 'అయ్యో పాపం! అట్ల కొట్టుకుంటరా' అన్నడు. వీళ్ల పంచాదుల వీళ్లు తిరుగుతండ్రు. అప్పుడప్పుడు బియ్యం, గుడ్లు, వంట లెక్కలు రాయడానికి పద్మ వస్తుంది. రెడ్డి పద్మను చూసి మాటల మాట కలుపుతండు. నారాయణతో దోస్తు చెయ్యాలని చూస్తూ అప్పుడప్పుడు అతడికి తాగిపిస్తుండు.

నారాయణ ఎంపీటీసి కనుక ఏవైనా కాంట్రాక్టు పనులు పట్టుకోవచ్చునని దేవేందర్‌రెడ్డి సోపతి చేస్తండు.

ఇద్దరు పాత పగలు మరిచిపోయి కొత్తసోపతులు మొదలువెట్టి పానపాన మయింగ్రు.

మళ్లీ ఊర్లె సమీకరణాలు మారిపోయినయి. శత్రువుకు శత్రువు మిత్రుడయిండు. దేవేందర్‌రెడ్డికి పోశాలు శత్రువు. ఇప్పుడు పోశాలు వెంకటాద్రికి మిత్రుడయిండు.ఎల్లయ్య పోశాలుకు శత్రువు. మల్లయ్యకు మిత్రుడయిండు. దేవేందర్‌రెడ్డి నారాయణ ఒక్కయింగ్రు. రెడ్డి మల్లయ్యతో గూడా సోపతి చేస్తండు.

రెడ్డికి మల్లయ్యకు పానాపానం దోస్తిగదా! అంతకంటే ఎక్కువ దోస్తి శోభకు దేవేందర్‌రెడ్డికి గదా. ఒక్క సంఘటనతో వీళ్లిద్దరి సోపతి చెడిపోయింది. ప్రైవేటు బడి వీళ్లిద్దరిని పగజేసింది.

ఊర్లె కొత్తగా పెట్టిన ప్రైవేటు బడికి పిల్లలు బాగా వచ్చింగ్రు. ప్రైవేటు సార్లను పెట్టింగ్రు. నారాయణ తమ్ముడు రాజు, మల్లయ్య బిడ్డ కవిత ఇంటర్ ఫెలయి ఇంట్ల కూసున్నా, ఇప్పుడు ప్రైవేటు బడిల టీచర్లయింగ్రు.

ఇంతకుముందే ఇద్దరికి సోపతి. ఆ సోపతి ఇప్పుడు గట్టిపడ్డది. పిల్లలకు పాఠాలు చెప్పుతండ్రు. వీళ్లు పాటలు పాడుతండ్రు. పిల్లలకు ఆటలు నేర్పుతూ వీళ్లు ఆటలు ఆడుతండ్రు. పిల్లలకు కథలు చెప్పుతూ వీళ్లు కథలు నడుపుతండ్రు.

ఈ ముచ్చట ఊర్లె తెలిసింది. సార్లకు తెలిసింది. ఇదేం కథ అని ఇద్దరిని తీసేసింగ్రు. తీసేసిన్నాడే కనవడ్డరు. ఆ మరుసటి రోజే మాయమయింగ్రు.

'నీ కొడుకే నా బిడ్డను ఎత్తుకపోయిండని మల్లయ్య. నీ బిడ్డనే నా కొడుకుని లేపుకపోయిందని సాయిలు. కుత్తిలు వట్టింగ్రు. తిట్టుకున్నరు. ఊర్లు తిరిగింగ్రు. ఇద్దర్ని పట్నంల దొరుకవట్టి పట్టుకచ్చి ఎవలింట్ల వాళ్లను తోలుకున్నరు. అట్లా సాయిలుకు మల్లయ్యకు అగ్గి సగయింది.

సాయిలు చేతులు పిసుక్కున్నడు. ఎట్లగావట్టే అనుకుని బాధపడుతుండు. ఇల్లు మొత్తం మారిపోయింది. కలర్ టీవి వచ్చింది. ఫర్నీచరచ్చింది. వచ్చి పోయే వాళ్లు ఎక్కువయింద్రు. ఫోను వచ్చింది. ఇరువై నాలుగ్గంటలు ఫోను మోగుతనే ఉంటుంది. ఇదేం బాగోతమని సాయిలు ఏడుత్తండు.

దేవేందర్‌రెడ్డి డబల్ గేమ్ ఆడుతండు. అటు నారాయణతో, ఇటు మల్లయ్యతో సోపతి. ఇది మల్లయ్యకు నచ్చలేదు. ఎటన్నా ఒక దిక్కు ఉండుమన్నడు. దేవేందర్‌రెడ్డి ఆలోచనల్లో పడ్డడు. నీతోనే ఉంటనన్నడు. సాటు సాటుకు నారాయణతో కల్లు తాగుతండు. నేను నీతోనే అని మల్లయ్యతో అంటుండు. నువ్వు నాతోనే అని నారాయణతో అంటుండు.

వెంకటాద్రి వెంట పోశాలు తిరుగుతండు. ఒంటిగా మిగిలింది ఒక్క ఎల్లయ్యనే. మాదిగలంతా ఎల్లయ్య ఎంట ఉన్నరు. సరే! గెలువడానికి వాళ్ల ఓట్లు చాలయి. మల్లయ్యను తన దిక్కు తింపుకోవాలని చూసిండు.

కాని ఎంట ఉన్నవాళ్లు ఒప్పుకోలేదు. మల్లయ్య పోశాలుతో తిరిగినప్పుడు మాలలనే తప్ప మాదిగలను లెక్కచేయలేదు. అదీ వాళ్ల మంట. మల్లయ్య తనతో వస్తే మాదిగలు దూరమైతరు. ఎట్ల...? అని ఆలోచించిండు. పది వెయిలు పట్టుకున్నడు. ఒక్కడే పోశాలు దగ్గరికి పోయిండు. కడుపుల తలవెట్టిండు.

పోశాలు ఎల్లయ్య కడుపుల తలవెట్టింది చూడలేదు. రిజర్వేషన్ సమస్య సూడలేదు. చూసిందల్లా పదివెయిల కట్టను. కట్టను తీసి జేబుల దోసి, ఎల్లయ్యను చూసి, కోతలు కోసిండు. పూతలు పూసిండు.

ఎల్లయ్య కల్లు తెప్పిస్తే పోశాలు కడుపుల పోసుకుండు. ఎల్లయ్య కార తెప్పిస్తే కరకర నమిలిండు. మైకం ఎక్కింది. ప్రేమలు పెరిగినయి. 'ఇద్దరు కలిసి ఉన్నప్పుడు ఊరు ఎట్లుండె! ఎట్ల ఆడిచ్చినం? ఇప్పుడు ఎట్ల ఆడియ్యాలె' అనుకున్నరు. కడుపుల ఎతనంతా కక్కుకున్నరు.

ఈ నడుమలనే శోభ డీలర్ పదవి ఊడిపోయింది.దేవేందర్ రెడ్డి పట్టిచ్చుకోలేదు. అప్పుడు కదిలిండు వెంకటాద్రి. మల్లయ్యకు సైడు ఇచ్చి దేవేందర్‌రెడ్డికి ఎదురు తిరిగిండు. నాయకుల దగ్గరికి తిరిగి కేసు కాకుంట చూసి డీలర్ పదవి నిలిపిండు.

"మల్లన్నా... మనం మనం ఒక్కటి. నేను సర్పంచ్‌గా గెలిసిన తెల్లారే కవితకు అంగన్‌వాడి పోస్టు ఇప్పిస్త" అని హామీ ఇచ్చిండు.

మల్లయ్య పొంగిండు. మందు పొంగింది. వెంకటాద్రి మల్లయ్య దోస్తులయింద్రు. ఎలక్షన్ల జోరు సాగుతోంది.

తెలుగుదేశం నుంచి ఎమ్మెల్యే వచ్చి వరాలిచ్చిండు. ఎవ్వలూ నోరు తెరువలేదు.

తెలంగాణ నుంచి జెడ్పీటీసి వచ్చి హామిలిచ్చిండు. ఎవ్వలూ నీళ్లు అడుగలేదు.

కాంగ్రెస్ నుంచి నాయకులచ్చి మాటలిచ్చింద్రు. ఎవలూ నీతి గురించి అడుగలేదు.

సాపకింద నీరులెక్క ప్రచారం సాగుతాంది. వెంకటాద్రిది పాత క్యాడర్. ఎల్లయ్యది కమ్యూనిటీ క్యాడర్. మోత మోగుతాంది. ఎనుకుబడ్డది దేవేందర్‌రెడ్డినే.

'ఎట్లా' అనుకున్నరు రెడ్డి, నారాయణ. అప్పుడు యాదికచ్చింద్రు నారాయణకు తెలంగాణ సార్లు. రెడ్డితో సార్లను కలిసిండు. "మనది తెలంగాణ పార్టీ. ఎనుకబడ్డ తెలంగాణ ముంగట పడాల. గోదావరి నీళ్లను మర్రగొట్టాల. పాటలు పాడి సర్పంచ్‌ను గెలిపియ్యాల" అన్నడు.

సార్లు ఇరుగ జూసింద్రు. "మీ ఇద్దరు తెలంగాణా పార్టీగదా" అని అడిగింద్రు. వాళ్లు అవునన్నరు. ఒట్టు గూడా పెట్టుకున్నరు. అయితే తెలంగాణాల ఎన్ని జిల్లాలున్నయి? అని సార్లు అడిగింద్రు. నారాయణ నాలుగన్నడు. రెడ్డి నోరు తెరిసిండు. సార్లు నవ్వింద్రు.

"తెలంగాణ జిల్లాలు తెలువయి. తెలంగాణాను ఏం తెత్తరు. చెట్టుపేరు జెప్పి కాయలు అమ్మొద్దు. పదవుల కోసం తెలంగాణాను తాకట్టు పెట్టద్దు. తెలంగాణా గురించి తెలుసుకుని రాంద్రి" అన్నరు.

నారాయణ మొఖం నల్లవడ్డది. దేవేందర్‌రెడ్డి సల్లవడ్డడు. సహదేవరెడ్డికి ఫోన్ గొట్టిండు. రెడ్డి కళాబృందాలను పంపిండు. ఊరూరు మేధావులు కదిలింద్రు. ఊర్లె సార్లు గూడా కదిలింద్రు. మళ్లీ నీళ్ల పాట వాడింద్రు. జనం ప్రవాహమై కదిలింద్రు.

ఊరూరు నాగలికి గుద్దింద్రు. దేవేందర్‌రెడ్డి సర్పంచ్ అయిండు. కొత్త ఎంపీటీసి. ఊర్లె కొత్త మార్పులచ్చినయి.

రెండేండ్లు గడిచింది. వాన చినుకులేదు. లేదంటే లేదని కాదు. ఊర్లకు ఊర్లు కొట్టుకపోతున్నయి. పంటచేన్లు ముంచుకపోతున్నయి. పడే దిక్కు పడుతున్నయి. ఎండే దిక్కు ఎండుతున్నయి. పండే దిక్కు పండుతున్నయి. పారేదిక్కు పారుతున్నయి. ఈ ఊర్ల మాత్రం చినుకు లేదు.

ఊర్లె ఉద్యోగులున్నరు. తిండికి జీతమొత్తున్నది.

ఊర్లె రాజకీయ నాయకులున్నరు. తిండికి లంచమత్తుంది.

ఊర్లె బడీడు పిల్లలున్నరు. తిని బడికి పోతున్నరు.

ఊర్లె ఆడోల్లున్నరు. బీడీలు జేత్తంద్రు.

ఊర్లె ముసలోల్లున్నరు. సూరునీడల కూసుంటున్నరు.

ఊర్లె ఈడుమీదున్న మొగుళ్లు మాత్రం లేరు. తిండి కోసం దేశాలు వట్టింద్రు.

ఊర్లె మట్టిని పిసుక్కుని బతికే మట్టి మనుసులు లేరు. గల్ఫ్ తొవ్వ వట్టింద్రు.

ఇరువై ఏండ్లు దాటితే సాలు. పాస్‌పోర్ట్ తీస్తంద్రు. ఇరువై వెయిలు పట్టుకొని పట్నం బస్సు ఎక్కుతంద్రు. ఆ అయిదుగురు మాత్రం ఊర్లెనే వున్నరు. మీద మీద దందాలు జేత్తంద్రు. బోడ జుట్టు ముడేత్తంద్రు. కోతికి మూతికి తాకులాట వెడుతంద్రు.

పోశాలు, ఎల్లయ్య చేతుల చేతులేసుకొని తిరిగేటోళ్లు. మల్లా దూరమయింద్రు. రిజర్వేషన్ చెల్లదని కోర్టు తీర్పు ఇచ్చింది. కోర్టు తీర్పుకు వ్యతిరేకంగా దండోరా మోగింది. అనుకూలంగా మహానాడు సాగింది. ఒకనాడు దండోరా వాల్‌పోస్టర్ పోశాలు ఇంటి తలుపుకు అతుక్కుంది. అది ఎల్లయ్య పనే అనుకున్నడు పోశాలు.

ఒకనాడు మహానాడు వాల్‌పోస్టర్ ఎల్లయ్య ఇంటి ముందు కనిపించింది. అది పోశాలు పనే అనుకున్నడు ఎల్లయ్య. వాళ్ల మీటింగ్‌నాడు ఊర్లె నుంచి ఒక ట్రాక్టర్ పోయింది. వీళ్ల మీటింగునాడు ఊర్లె నుంచి ఒక ట్రాక్టర్ పోయింది. ట్రాక్టర్ నిండా జనం.

భుజం భుజం రాసుక తిరిగే మల్లయ్య, వెంకటాద్రిలు దూరమయింద్రు. కారణం చిన్నదే! ఊరిలో ఒక పోస్టుమ్యానున్నడు. పేరు శంకర్. అందరు టప్పు శంకరి అంటారు. మస్కట్ నుంచి వచ్చిన కారట్లు తెస్తడు. మస్కట్‌కు కారట్లు రాస్తడు. ఇల్లిల్లు తిరుగతడు. అందుకే ఎవలూ అనుమానపడరు.

మల్లయ్య ఇంటి పక్కనే ముస్లింల ఇల్లు. ఇంట్లో ఫాతిమ ఉంటది. వయసు మీదుంటది. ఇద్దరు పిల్లలు. పిల్లలు చిన్నోళ్లు. బడికి పోతరు. భర్త మస్కట్ పోయిండు. మస్కట్ నుంచి కారట్లస్తయి. కారట్లు తీసుకుని శంకరి వస్తడు.

ఫాతిమ ఇజ్జత్ మనిషి, నలుగుట్ల నవ్వది. ముగ్గుట్ల ముచ్చటాడది. తన పని తాను చేసుకుంటది. కలో గంజో తాగి కడుప లోపలే ఉంటది. పది మాటలు పడ్డా పల్లెత్తు మాటనది.

మస్కట్ నుండి లెటరు వచ్చింది. శంకరి తెచ్చి బీడీలు చేసుకుంటున్న ఫాతిమకు ఇచ్చిండు. ఆమెకు సదువత్తది. గనుక సదువుకుంటది. రాసుకుంటది. ఇచ్చినోడు ఇవుతలికి రాలేదు. ఇంట్లనే ఉండి, కుర్చీల కూసుని మాటల మాట కలిపిండు. కొంత యాస కలిపిండు.

పట్టపగలు, ఫాతిమాకు భయమయింది. చాట ముందు ముడుసుకుని కూసున్నది. శంకరి సట్టన లేచి చెయ్యి అందుకుని గుంజులాడిండు.

ఫాతిమా ఈడ్చికొట్టి ఇంట్లకు పోయి తలుపేసుకుంది. నిలువునిత్తారం వణికిపోయింది. ఇప్పుడు చెయ్యిని పట్టినోడు రేపేం చేస్తడోనని భయపడ్డది. మెల్లెగా మల్లయ్య చెవుల ఏసింది. బయటకు పొక్కనీయద్దని బతిమాలుకుంది.

టప్పు గాడిది కొడుక్కు ఇంత కావురమా అనుకున్నడు మల్లయ్య. ఏమన్న గట్టిగ మాట్లాడినా సంసారాలు కూలిపోతాయి. ఇయ్యాల్ల రేపు పోరగాండ్లకు లాగు ఉంటలేదు గని సెల్‌ఫోన్ ఉంటంది. ఇక్కడ పచ్చిపులుసు తింటే మస్కట్‌ల తెలుస్తంది. ఇక్కడ పామంటే అక్కడ పడిగె అంటరు.

అందుకని సాటుసాటుకు చెయ్యాలనుకున్నడు. మల్లయ్య సాటుసాటుకు వెంకటాద్రికి చెప్పిండు. మాజీలిద్దరు కూసుని రాజీమంత్రం చదివింద్రు. శంకరిని తెచ్చి చెంపమీద ఉతికింద్రు. పోలీసులకు రిపోర్టు ఇయ్యాల్నా అంటూ పొట్టు పొట్టు తన్నింద్రు.

ఉన్న నౌకరి ఊడిపోతదని భయపడిన శంకర్... ఫాతిమ కాళ్లమీద

వద్దడు. చెల్లే అంటూ చెంపలేసుకుని ఎప్పుడూ అట్ల చెయ్యనన్నడు.

ఇద్దరు మాజీలు వదిలిపెట్టలేదు. "పదివెయిల జరుమాన కట్టాల. లేదంటే కేసే, నౌకరు ఉండది" అని భయపెట్టింద్రు.

శంకర్ భయపడ్డడు. బతిమిలాడి ఐదువెయిలు ఇచ్చి అవుతల పడ్డడు. కొన్ని ఖర్చులకు తీసుకొని కొంత ఫాతిమాకు ఇయ్యబోయింద్రు. ఆ పాపపు సొమ్ము నాకు వద్దే వద్దన్నది ఫాతిమ. ఇద్దరు ఫక్కున నవ్వుకుని చెరి సగం నొక్కకున్నరు. ఇంతటితో పంచాది అయిపోయింది. కాని అసలు పంచాది మొదలయింది.

నలుగురు వింటే నాలుగు లోకాలు విన్నట్టు. ఎవలు వినిరో ఎవలు చెప్పిరోగాని రెండు రోజుల్లో ఎస్సైకి తెలిసింది. "పంచాది చెప్పె మొనగాళ్లయింద్రా? చట్టాన్ని మీ చేతులకు తీసుకుంటరా?" అంటూ ఇద్దరిని స్టేషన్‌కు రమ్మన్నడు.

ఆనాడు మల్లయ్య ఊర్లె లేడు. వెంకటాద్రి మాత్రమే ఉన్నడు. వెంటనే పోయిండు. ఈయన మాజీ. వచ్చిన ఎస్సై కొత్త. పరిచయం తవ్వుకున్నా ఫలితం లేకుంటపోయింది. తిన్నది కక్కిండు వెంకటాద్రి. తిన్నందుకు కూడా కొంత కక్కిండు.

తెల్లారి మల్లయ్య వచ్చి విషయం తెలుసుకుని బడికి పోయిండు. పెద్దసారును కట్టుకుని, ఎంటపెట్టుకుని స్టేషన్‌కు పోయిండు.

"పంచాది చెప్పింది నిజమే. తప్పే. పైసలు తీసుకున్నది నిజమే. తిన్నది మాత్రం నిజం కాదు. నావంతు పైసలు బడికి ఇచ్చిన. బడి డెవలప్‌మెంట్‌కు ఖర్చు చేసిన" అని చెప్పిండు. తాను విద్యాకమిటీ మాజీనన్నడు. పెద్దసారు తలూపిండు. బడి అనంగనే ఎస్సై నోరు తెరువలేదు.

పైస కట్నం లేకుంట పోలీసు స్టేషన్ నుంచి బయట కచ్చిన మల్లయ్య పెద్దసారు జేబుల పెద్దనోటు వెట్టి ఈ ముచ్చట ఇక్కడనే మరిచిపొమ్మన్నడు. తను మాత్రం వెంకటాద్రి ముందు ఎట్ల తప్పించుకుంది చెప్పిండు.

అక్కడనే వచ్చింది తకురారు."నా సగం నేను స్టేషన్‌ల ఇత్తి. నీ సగం ఇయ్యకపోతివి. దాంట్ల నుంచి నాకు సగం ఇయ్యాలి" అన్నడు వెంకటాద్రి.

"అట్లెట్ల ఇస్త. నిన్ను ఇయ్యిమన్ననా" అన్నడు మల్లయ్య. మాటా మాటా

అనుకున్నరు. మాటలు మానుకున్నరు.

కలిసి తిరిగి కలిసి తాగేటోళ్లు నారాయణ, దేవేందర్‌రెడ్డి. వాళ్లు గూడా పగదారులయింండ్రు. ఇద్దరి మధ్య చిన్న సిచ్చు పుట్టింది. అది దేవుడు పుట్టిచ్చిన సిచ్చు. ఊర్లె దేవుని గుడి ఉంది. గుల్లోని దేవుడు ఎవలకు ఏం వరమిచ్చిండోగాని దేవాదాయశాఖ దేవునికి వరమిచ్చింది. దేవుని గుడికి రెండు లక్షల మరమ్మతు వచ్చింది.

"నేను తెచ్చిన, నేనే కాంట్రాక్టు పట్టుకుంట" అని నారాయణ అంటే, "కాదు. నేను తెచ్చిన. నాదే కాంట్రాక్టు" అని దేవేందర్‌రెడ్డి అన్నడు.

వీళ్లు ఎవలు గాదు. నేను పైరో తిరిగిన్న అని జెడ్పీటీసి, కానేకాదు నేనే నని ఎమ్మెల్యే, 'దేవుని గుడికి మరమ్మత్తు ఇయ్యిమన్న, ఇచ్చింండ్రా' అని ఎంపీ ముందుకచ్చింండ్రు. సారుగమ్మ కోసం సన్నాసులోళ్లు పీకులాడుకున్నట్టు చాట్ల తౌడు కోసం కుక్కలు కొట్లాడుకున్నట్టు నెల్లాళ్లు మల్లగుల్లాలు.

ఊరుమీది అధికారం సర్పంచుది. ఎమ్మెల్యే, ఎంపీలను కట్టుకున్నడు దేవేందర్‌రెడ్డి. కమీషన్ మాట్లాడుకుని రెండు లక్షల పని పట్టుకున్నడు.

నేను పొత్తుంటనని నారాయణ. నీ పొత్తేవద్దని దేవేందర్‌రెడ్డి... మాటా మాటా అనుకుని, మనిషి మనిషి దూరమయింండ్రు. మనసులు దూరమైనయి. మనిషికి మనిషి పుల్లలు పెట్టుకుంటండ్రు. అప్పుడే కాంగ్రేస్ పాదయాత్ర. ఒకలు మందిని కూడగొట్టింండ్రు. ఒకలు ఇచ్చగొట్టింండ్రు.

అసెంబ్లీ ఎలక్షన్లచ్చినయి. అలయన్సులైనయి. తెలుగుదేశంకు బీజేపీకి చెల్లు. ఊర్లె వెంకటాద్రి ఒక్కడయిండు. కాంగ్రేస్, తెలంగాణ పార్టీ అలయన్సు. దేవేందర్‌రెడ్డి, నారాయణ, ఎల్లయ్య పొత్తు. నారాయణకు, జెడ్పీటీసికి పాత దోస్తాన్. ఎలక్షన్ ఫండు నారాయణకు వస్తుంది. దీంట్ల ఎంత నొక్కతండో అని ఆ ఇద్దరికి అనుమానం. పైకి కలిసి ఉంటండ్రు. లోపల లోపల మసులుకుంటండ్రు.

ఎలక్షన్ల జాతర ముగిసింది. గెలిచేటోళ్లు గెలిచింండ్రు. ఓడేటోళ్లు ఓడింండ్రు. నక్సలైట్లతో చర్చలు. నాయకుల్లో చర్చలు. మీటింగ్‌లు. ఊరేగింపులు. నక్సలైట్ల ప్రచారం. పోలీసుల డేగకన్ను. ఊరు అట్టుడుకుతంది.

మీటింగ్‌కు లేబర్‌ను పంపాలని... కార్ఖాన టేకేదార్లకు చిట్టి. ఊర్లె నుంచి

కదులద్దని పోలీసుల కట్టు.

స్థూపం కోసం చందాలు. ఇయ్యకపోతే దందాలు.

పద్మ గ్రామదీపిక. రాత్రి ఒక మీటింగు, పగలు ఒక మీటింగు.

రాజు అవాయి తిరుగుతండు. రాత్రి ఒక జాగలుంటండు. పగలు ఒక జాగలుంటండు.

అల్లుడు రాములుకు మస్కట్ కంపిని జీతం ఇయ్యలేదు. రాత్రికి రాత్రే మస్కట్ నుంచి ఇరాక్ పోయిండు. కారటు లేదు, ఫోనులేదు. రాత్రి పగలు శాంత ఎదురుసూత్తంది.

ఏతలకు ఎవుసం పెట్టినట్టు ఇంగ్లీష్ మీడియం ఉన్నది. బడి పెట్టిన పెద్దలు తెలుగు మీడియం సార్లను వెట్టింద్రు. పిల్లల సదువు సదువుల గలిసింది. తెలుగు రాలేదు. ఇంగ్లీషు రాలేదు.

సాయిలు నెత్తిన చేతులు పెట్టుకుండు. ఎవలు ఎటు పోతున్నరో తెలువదీ. ఏమైతున్నదో తెలువది. గవ్వరాకడ లేదు, గడియ రికాం లేదు.

నారాయణ అప్పులు చేసిండు. సాయిలు చేను అమ్మిండు.

పద్మ గ్రూపులల్ల అప్పు చేసింది. గంగవ్వ పెయ్యిమీద బంగారం అమ్మింది.

రాజు బజార్ల అప్పు జేసిండు. దొంగతనం నేర్చిండు.

నారాయణను నక్సలైట్లు బెదిరిచ్చింద్రు. అతను దేశాలు వట్టిండు.

పద్మను స్వశక్తి గ్రూపులు బెదిరిచ్చినయ్. ఆమె అవ్వగారి గడ్డెక్కింది.

రాజును పోలీసులు తన్నింద్రు. అతడు పత్తా లేకుండ పోయిండు.

గంగవ్వ గర్భసంచికి పుండయింది. నొప్పి నొప్పి అని మలుసుక పన్నది.

ఇల్లు ఇచ్చుకపోయింది. సాయిలు ఆగమయిండు!

సాయిలే గాదు... సాయిలులాంటి సంసారాలన్నీ ఇచ్చుకపోయినయి!

బతుకు దెరువు కొరకో... బదునాం కొరకో ఊర్లె వయసుమీదున్న మొగోడు లేడు.

సాకలి లచ్చవ్వ సచ్చిపోతే పాడె మోసే మొగోడు లేక ట్రాక్టర్ల సాగ నంపింద్రు.

ఊరి నడిబొడ్డున సారుగమ్మ గుడి ముందు ఉప్పులం మొలిచింది.

❖❖❖

www.ingramcontent.com/pod-product-compliance
Lightning Source LLC
LaVergne TN
LVHW091959210825
819277LV00035B/385
9789392968044